தமிழும் சமக்கிருதமும்
மெய்யும் பொய்யும்

தேவ. பேரின்பன்

தகடூர் அதியமான் வரலாற்று சங்கம்,
தருமபுரி

தமிழும் சமக்கிருதமும்
மெய்யும் பொய்யும்

தேவ. பேரின்பன்

திருவள்ளுவர் பொத்தக இல்லம்,
51/25. Dr.L S N வணிக வளாகம்,
ஆறுமுக ஆசாரித் தெரு, தருமபுரி -*636701*
பேசி: 93602 24172, 04342 -268769
thiruvalluvarbooks@hotmail.com

தமிழும் சமக்கிருதமும்
மெய்யும் பொய்யும்
தேவ. பேரின்பன்

© தகடூர் அதியமான் வரலாற்று சங்கம்

முதல் பதிப்பு : ஜீலை 2013
திபொஇ முதல் பதிப்பு : ஏப்ரல் 2021

Tamil and Sanskrit
Illustion and Reality
By Dava.Perinban

© Thagadoor Adhiyaman Varalatru Sangam

First Edtion : July 2013
TPI First Edition : April 2021

விலை : உருவா 100/-

Code No : TAHS_001
ISBN : 978-81-949526-3-3

வெளியீடு

திருவள்ளுவர் பொத்தக இல்லம்,
(Subsidiary of Arivu Associates (opc) pvt Ltd)
51/25. Dr.LSN வணிக வளாகம்,
ஆறுமுக ஆசாரித் தெரு, தருமபுரி -636701
அலைபேசி : 93602 24172, 04342 -268769
மின்னஞ்சல் : thiruvalluvarbooks@hotmail.com

வடிவமைப்பு : தென்றல் பிரிண்ட் பிராடக்ட்ஸ், தருமபுரி

அச்சாக்கம்: பாவை பிரிண்டர்ஸ் (பி) லிட், சென்னை

பதிப்புரை

இந்தியத் துணைக்கண்டம் பல மொழிகளைப் பேசும் மக்களின் தொகுப்பு ஆகும். இந்திய நாட்டில் பல மதங்களைச் சேர்ந்த மக்கள் வாழ்கிறார்கள். பல்வேறு கலாசார, பண்பாடுகளைக் கொண்டவர்கள் இந்தியர்கள். இந்த மக்களை இணைக்கும் பிணைப்புச் சங்கிலி எது என்ற கேள்வி கடந்த ஒரு நூற்றாண்டுக்கும் மேலாக விவாதப்பொருளாக இருக்கிறது.

பிரெஞ்சுப் புரட்சிக்குப் பிறகு உருவான நவீன மக்களாட்சி நாடுகளில், ஒரு நாட்டின் மக்களை இணைப்பது 'குடிமகன்' என்ற தகுதி மட்டுமே என்பது அறுதியிட்டுக் கூறப்பட்டிருக்கிறது. மொழி, இனம், கலாசாரம், பண்பாடு, சாதி போன்ற அடையாளங்கள் எதுவாக இருந்தாலும் குடிமகன் என்ற தகுதியின் அடிப்படையில் மக்கள் இணைந்து குடியரசு நாட்டை உருவாக்குகிறார்கள் என்பதே மக்களாட்சியின் அடிப்படைத் தத்துவம். இதனை வலியுறுத்துவதற்காகவே முன்னாள் தலைமை அமைச்சர் மறைந்த ஜவஹர்லால் நேரு 'வேற்றுமையில் ஒற்றுமை' என்பதை முன்மொழிந்தார்.

ஆயினும் மதமும், மொழியும் மட்டுமே நாட்டு மக்களை ஒருங்கிணைக்கும் இணைப்புச் சங்கிலி எனவும், அதனடிப்படையில் இந்திய நாட்டை 'ஒரு மொழி, ஒரு இன, ஒரு மத' நாடாக அமைத்திட வேண்டுமென்றும் வலதுசாரி சிந்தனையாளர்கள் பரப்புரை செய்து வருகிறார்கள். இந்த நோக்கத்திற்காக இம்மண்ணின் பல்வேறு கலாசார, பண்பாடுகள் அனைத்தும் ஒரே ஒரு கலாசாரத்திலிருந்து உருவானவை என்றும், இந்த நாட்டின் மொழிகள் அனைத்தும் ஒரே ஒரு மொழியிலிருந்து உருவானவை என்றும் ஒரு பொய்யை கட்டமைக்க அவர்கள் முயல்கிறார்கள். இந்தப் பொய்யை மெய்யாக்குவதற்காக பொய்யான தரவுகளை உருவாக்கி அளித்து வருகிறார்கள்.

அவர்கள் முன்மொழிவதைப் போல இந்திய மொழிகள் அனைத்தும் **சமக்கிருதத்திலிருந்து தோன்றியவையா**? என்ற கேள்வி ஆங்கிலேயர்கள் காலத்திலேயே விவாதிக்கப்பட்டது.

வணிகம் செய்ய இந்தியா வந்த ஆங்கிலேயர்கள் பத்தொன்பதாம் நூற்றாண்டின் முற்பகுதியில் இந்திய துணைக்கண்டத்தின் பெரும் பகுதியை

தங்கள் ஆளுகைக்கு உட்படுத்தினார்கள். தங்கள் கட்டுப்பாட்டில் இருந்த நிலப்பரப்பில் நிர்வாக அமைப்பை ஏற்படுத்தினார்கள். முதல் விடுதலைப் போர் என்றழைக்கப்படும் சிப்பாய்க் கலகத்திற்கு பிறகு, 1857 ஆம் ஆண்டிலிருந்து இந்தியாவின் ஆட்சிப் பொறுப்பு விக்டோரியா மகாராணியின் நேரடி அதிகாரத்தின் கீழ் வந்தது.

தங்களின் ஆளுகைக்கு கீழ் வந்த இந்திய துணைக் கண்டத்தின் கலாச்சாரம், பண்பாடு மொழி ஆகியவற்றை அறிந்து கொள்வது ஆங்கிலேயர்களுக்கு தேவையான ஒன்றானது. இந்திய சமூகத்தின் சாதி அமைப்பில் மேல் நிலையில் இருந்தவர்களே அப்பொழுது அதிக எண்ணிக்கையில் கல்வி கற்றவர்களாக இருந்தார்கள். ஆகையினால் அவர்களே ஆங்கிலேயர்களின் கீழ் பணிபுரியும் அலுவலர்களாக இருந்தார்கள். அவர்களின் வாயிலாகவே ஆங்கிலேயர்கள் இந்தியாவின் வரலாற்றையும், பண்பாட்டையும், மொழியையும் பற்றி அறிந்துகொண்டார்கள். சர் வில்லியம் ஜோன்ஸ் சமஸ்கிருதம் கிரேக்கத்தை விட உயர்ந்த மொழி என்று அறிவித்தார். இந்திய மொழிகள் அனைத்தும் சமஸ்கிருதத்திலிருந்து பிறந்தவை என்று பார்ப்பனர்கள் முன்வைத்த கருத்தை ஜோன்ஸ் ஏற்றுக்கொண்டார்.

தமிழகத்தில் நிர்வாகப் பொறுப்பில் இருந்த டாக்டர் கால்டுவெல் தமிழ் மொழியையும், தென்னிந்திய மொழிகளையும் ஆய்வு செய்தார். அவர் திராவிட மொழிக் குடும்பம் என்ற கருதுகோளை முன்வைத்தார். தமிழ் மொழி சமஸ்கிருதத்திற்கு தொடர்பில்லாத உயர்தனிச் செம்மொழி என்ற கருத்தை உரைத்தார். அவர் 1856-ஆம் ஆண்டில் ‘திராவிட மொழிகளின் ஒப்பிலக்கணம்’ என்ற அரிய நூலை வெளியிட்டார். அந்நூலில் திராவிட மொழிகள் அனைத்தும் ஒரு ஆதி மொழியிலிருந்து (Proto & Dravidian) தோன்றியவை என்று அறுதியிட்டுக் கூறினார். அந்த ஆதி மொழி தமிழ் மொழி என்பது அவருடைய கருத்து.

1921-ஆம் ஆண்டு மொகஞ்சதாரோ கண்டுபிடிக்கப்படுவதற்கு முன்னர் இந்திய நாகரிகத்தின் வேராகவும், இந்திய நாகரிகத்தின் தொன்மையான காலமாகவும் வேத காலமே கருதப்பட்டது. ஹரப்பா, மொகஞ்சதாரோ கண்டுபிடிப்புகள் இந்திய துணைக்கண்டத்தின் ஆதிமனிதர்கள் சிந்துவெளி மக்கள் என்பதையும், ஆரியர்கள் 3500 ஆண்டுகளுக்கு முன்பாக மத்திய ஆசியாவிலிருந்து கைபர், போலன் கணவாய்களின் வழியாக வந்தவர்கள் என்பதையும் உறுதிசெய்தது.

திராவிட மொழிக் குடும்பம் என்ற கருதுகோளையும், சிந்துவெளி மக்களே இந்தியாவின் ஆதிமனிதர்கள், ஆரியர்கள் அவர்களுக்குப் பின்னர், பல பத்தாயிரம் ஆண்டுகளுக்குப் பிறகு இந்தியத் துணைக் கண்டத்துக்கு வந்தவர்கள் என்ற கருத்தையும் பார்ப்பனர்கள் மறுத்தும், எதிர்த்தும் வந்திருக்கிறார்கள்.

உண்மையை மறைப்பதற்கும், திரிப்பதற்கும் பொய்யான சான்றுகளையும், புனைவுகளையும் அவர்கள் தொடர்ந்து பரப்பி வருகிறார்கள்.

தமிழ்நாடு தொல்லியல் துறையின் இயக்குநராகப் பணியாற்றி ஓய்வு பெற்ற முனைவர். இரா. நாகசாமி தமிழ் மொழியின் தொன்மை குறித்தும், இந்திய வரலாறு குறித்தும் முழுமையாக அறிந்தவர். அவர் இயக்குநராகப் பணியாற்றிய காலத்தில் இவற்றை சான்றுகளோடு வலியுறுத்தி வந்தவர்.

அரசுப் பணியிலிருந்து ஓய்வு பெற்ற பிறகு அவருடைய கண்ணோட்டம் முற்றிலும் மாறியது. தமிழ் மொழி சமஸ்கிருதத்திலிருந்து பிறந்த மொழி என்று கூசாமல் பொய் சொல்லத் துணிந்தார். அவர் எழுதிய ‘ The Mirror of Tamil and Sanskrit ’ என்ற நூலில் இந்த பொய்யை உண்மை என்று காட்டுவதற்காக ஏராளமான புனைவுகளைச் சுட்டிக் காட்டுகிறார்.

அந்நூலில் தமிழ் இலக்கியங்களான சிலப்பதிகாரம், திருக்குறள் போன்ற நூல்கள் மட்டுமல்லாமல் தமிழர்களின் இலக்கண நூலாகிய தொல்காப்பியமே சமஸ்கிருத நூல்களை அடிப்படையாகக் கொண்டு எழுதப்பட்டது என்ற மாபெரும் புரட்டை முன்வைக்கிறார்.

“தமிழர்களுக்கு என்று தனி நாகரிகம் கிடையாது. அவர்களுக்கு நாகரிகத்தைக் கற்றுக் கொடுத்தவர்கள் பிராமணர்கள். கற்பு என்பது பிராமணர்களிடமிருந்து தமிழர்கள் கற்றுக் கொண்டது. பிராமணர்கள் இல்லை என்றால் தமிழர்கள் இனக்குழு மக்களாகவே இருந்திருப்பார்கள். பிராமணர்களால் உருவாக்கப்பட்ட காரணத்தினாலேயே பழந்தமிழ் எழுத்து க்கள் ‘பிராமி’ எழுத்துகள் என்றழைக்கப்படுகின்றன ” என்றெல்லாம் கூச்சமின்றி மொழிகிறார் முனைவர். நாகசாமி.

முனைவர் நாகசாமி இந்நூலை ஆங்கிலத்தில் எழுதியிருக்கிறார். அவருடைய நோக்கம் இருபத்தி ஓராம் நூற்றாண்டின் தொடக்க பத்தாண்டு களில் பேருருவம் எடுத்திருக்கும் வலதுசாரி இயக்கங்களின் பொய்ப் பரப்புரைகளுக்கு துணையாக இருப்பது தான். அப்படிச் செயல்படுவதன் வாயிலாகக் கிடைக்கும் விருதுகளும், பயன்களும் அவரை நிலை மாறச் செய்திருக்கின்றன. அவருடைய நூலை பொய் என்றும், புனைவு என்றும், மனநிலை பாதிக்கப்பட்டவனின் பிதற்றல் என்றும் ஒதுக்குவது எளிது.

எனினும் இந்நூலில் தெரிவிக்கப்பட்ட கருத்துகளுக்கான சரியான பதிலைத் தருவது ஒரு நேர்மையான வரலாற்று ஆய்வாளரின் கடமை என்றும், தமிழ் மொழியின் தொன்மை குறித்தும், இந்திய துணைக் கண்டத்தின் கலாசார, பண்பாட்டுத் தடங்களின் வேர்கள் குறித்தும் ஒரு ஆவணத்தை உருவாக்குவது தேவை என்றும் எண்ணியதால் மறைந்த வரலாற்றறிஞர் திரு. தேவ. பேரின்பன் ‘**தமிழும், சமஸ்கிருதமும்**’ என்ற இந்த நூலைப் படைத்தார்.

தருமபுரி மாவட்டத்தில் பிறந்த மார்க்சிய அறிஞர் தேவ. பேரின்பன் பல நூல்களை எழுதியுள்ளார். உடல் நலம் இல்லாத போது இப்புத்தகத்தை அவர் எழுதினார். புத்தகம் அச்சிட்டு வெளியில் வரும் போது மருத்துவனையில் இருந்தார். இப்புத்தகத்தை அவர் பார்க்கவில்லை. இது அவருடைய கடைசி நூலாக வெளிவந்தது.

இந்நூலில் பதினோரு கட்டுரைகளின் வாயிலாக, தகுந்த தரவுகளின் அடிப்படையில் முனைவர் நாகசாமியின் பொய்யுரைகள் மறுக்கப்படுகின்றன. தமிழ்ச் சமூகம் குறித்த புதிய வரலாற்றுக்கான அடிப்படைகளும், தேவையும் வலியுறுத்தப்படுகிறது.

19, 20 ஆம் நூற்றாண்டுகளில் நடைபெற்ற ஆரிய-திராவிட விவாதத்தை, ஆரிய (பார்ப்பன) மேன்மையை நிலைநாட்டுவதே முனைவர் நாகசாமியின் நோக்கம் என்பதை ஆசிரியர் நிறுவுகிறார். 'தமிழை செம்மொழியாக ஏற்கமுடியாத பிராமணிய மூளையின் குமுறல் நூலெங்கும் வெளிப்படுகிறது.... இது தமிழர் மரபின் உயரிய மனிதநேயப் பண்பாட்டையும், வரலாற்றையும் மிக மோசமாக கொச்சைப்படுத்தி நடத்தப்படும் தாக்குதல் ஆகும். அறிஞர் இரா. நாகசாமி முன்வைத்து உள்ள புதிய பாதையை முறியடிக்க வேண்டும். அவர் முன்வைத்து உள்ள பொய்யுரைகள் வீழ்த்தப்பட வேண்டும். தமிழ் மொழியின், தமிழரின் உண்மையான வரலாற்றை நிலைநாட்டுவதற்காக மட்டுமல்ல. அறிவியல் பூர்வமான ஆய்வின் முன்னேற்றத்திற்காகவும் இது செய்யப்பட வேண்டும்' என்று தேவ. பேரின்பன் கூறுகிறார்.

18ஆம் நூற்றாண்டில் ஐரோப்பாவில் ஏற்பட்ட தொழிற் புரட்சி மற்றும் மறுமலர்ச்சியால் உலக மொழிகளைப் பற்றிய ஆய்வுகள் முன்னெடுக்கப் பட்டன. இதனால் இந்தோ-ஐரோப்பிய மொழிகளில் காணப்படும் சில சொற்கள் இந்தோ ஐரோப்பிய மொழிகள் அனைத்திலும் உள்ளன என்ற கருத்து உருவாயிற்று. இதன் அடிப்படையில் ஐரோப்பிய பல்கலைக்கழகங்களில் இந்தோ-ஐரோப்பிய மொழிக் குடும்பம் என்ற கருத்து உருவாக்கப்பட்டது. இதற்கு மானிடவியல் கூறும் இனம் (Race) அல்லது மனித உருவ அமைப்பை அடிப்படையாகக் கொண்டு, இந்தோ-ஐரோப்பிய மொழிகள் அனைத்தும் ஆரியமொழிக் குடும்பம் என்று 20ஆம் நூற்றாண்டில் ஒப்புக் கொள்ளப்பட்டது. ஆரியர்கள் பிறரைவிட மேலானவர்கள், உயர்ந்தவர்கள் என்ற கருத்தும் இதனுடன் வளர்க்கப்பட்டது. இதற்குத் தாய்மொழி எது என்ற கேள்வியும் எழுப்பப்பட்டது. சர். வில்லியம் ஜோன்ஸ் இந்தோ-ஐரோப்பிய மொழிகளின் தாய் மொழி சமக்கிருதம் என்ற கருத்தை முன்வைத்தார்.

எல்லிஸ் பாதிரியாரும், கால்டு வெல்லும் இதனை மறுத்து சமக்கிருதத்தோடு எந்தவகையிலும் தொடர்பில்லாத மொழியாக தமிழை

நிறுத்தி, திராவிட மொழிக் குடும்பம் என்ற கருதுகோளை முன்வைத்தனர். சமக்கிருதம் “கடவுளின் மொழி” என்று கூறப்படுவதைப் போன்று தமிழ் மொழியும் அன்னைத் தமிழ் என்று போற்றப்பட்டது. “யாதும் ஊரே யாவரும் கேளிர்” என்ற சிந்தனை சமக்கிருதத்திலிருந்து பெறப்பட்டது என்று அறிஞர் நாகசாமி குறிப்பிடுகின்றார். “ பிறப்பொக்கும் எல்லா உயிர்க்கும்” என்ற கொள்கை சமக்கிரதத்திலிருந்த பெறப்பட்டது என்று கூறமுடியாது. சமக்கிருதம் சாதிய கோட்பாட்டை அடிப்படையாகக் கொண்டது. பிறப்பின் அடிப்படையில் சாதியை உருவாக்கியது.

“பிராகிருதம் என்பது சமக்கிருதத்தின் பேச்சு மொழி’ என்று அறிஞர் நாகசாமி குறிப்பிடுகின்றார். சமக்கிருதம் மக்களின் பேச்சு மொழியாக இல்லை. 19ஆம் நூற்றாண்டில் இந்தியாவிலுள்ள மொழிகள் எவை என்னும் கணக்கு எடுக்கப்பட்டது. அப்பொழுது 179 மொழிகளும், 544 பேச்சு மொழிகளும் இந்தியாவில் இருந்தன. இதில் சமக்கிருதம் இடம் பெறவில்லை. எனவே சமக்கிருதம் வழக்கில் இல்லாத மொழி என்பது தெரிகின்றது.

சமக்கிருதம் கடவுளின் மொழி என்பதை முதலில் எதிர்த்தவர் மகாவீரர். அசோகர் மகதி பிராக்கிருதத்தைத் தனது ஆட்சி மொழியாக வைத்திருந்தார். தென்னிந்தியாவை ஆண்ட சாதவாகனர்களின் காலத்தில் பிராகிருதம் ஆட்சி மொழியாக இருந்தது. அவர்களுடைய கல்வெட்டுகளில் சமக்கிருதம் பயன்படுத்தவில்லை. இந்தியாவில் பிராகிருதத்தை ஒழித்து சமக்கிருதத்தை வடஇந்தியாவில் கொண்டு வந்தவர்கள் குசாண அரச மரபினர்.

ஆந்திர மாநிலத்தில் குண்டூர் மாவட்டத்தில் செபொர்லு என்ற கிராமத் தில் கி.பி.207ஆண்டைச் சார்ந்த சமக்கிருத கல்வெ' டு கண்டுபிடிக்கப் பட்டுள்ளது. பல்லவர்களின் ஆட்சி காலத்தில் பிராகிருதமே ஆட்சி மொழியாக இருந்தது. பல்லவர்களின் சமய மாற்றத்தால் சமக்கிருதம் தமிழகத்திற்கு கொண்டு வரப்பட்டது.

பிராகிருதம் சமக்கிருதத்தின் பேச்சு மொழியல்ல. சமக்கிருதம், பேச்சுத் தன்மை இல்லாத மொழி. சமக்கிருத இலக்கியம் படைத்தவர்கள் கூட பிராகிருதத்தையே பேசினார்கள். சமக்கிருதம் என்பது திருத்தி அமைக்கப்பட்ட மொழி. பிராக்கிருதம் சமக்கிரதத்தின் பேச்சு மொழி என்றுஅறிஞர் நாகசாமி கூறுவது பொய்.

தமிழ் எழுத்துகளின் வரிவடிவம் பற்றி அறிஞர் இரா.நாகசாமி கீழ்க்கண்ட கருத்துகளை முன்வைக்கின்றார்:

‘பிராமி என்ற எழுத்து வடிவம் சரஸ்வதி, பஞ்சாப் பகுதியிலிருந்த பிராமணர்கள் கண்டுபிடித்தது. பிராமணர்கள் பயன்படுத்தியதால்தான் அதற்கு பிராமி என்று பெயர் வந்தது. அசோகனுடைய காலத்திற்கு முன்பு தமிழகத்தில் எழுத்து வடிவம் இல்லை. பிராமண மொழியே தமிழர்

மொழியாக இருந்தது. தமிழ் மொழி பழமையானது அல்ல" - இவை அனைத்தும் தரவுகள் இல்லாத பொய் செய்திகள் ஆகும்.

எழுத்து, மொழி என்பன தொல்பழங்கால சமுதாயத்தின் சமூகஅமைப்பையும், சமுதாய வளர்ச்சியையும் அடிப்படையாகக் கொண்டவையாகும்.

எழுத்து, மொழி தோன்றுவதற்கு முன் பேச்சு மொழி உருவானது. இதையடுத்து தொல்குடிகள் குகைகளிலும் பாறைகளிலும் ஓவியங்களை தீட்டினர். தொல்குடிகள் எழுதிய முதல் எழுத்து வரிவடிவம் பாறை ஓவியங்கள். பாறை ஓவியங்கள் குறியீடுகளாக வளர்ந்தன. காலப்போக்கில் அத்தகைய குறியீடுகளை ஓசை அல்லது ஒலியோடு இணைத்து எழுத்துகளாக வாசித்தனர். ஆகையினால் எழுத்துகள் ஓவியத்தில் இருந்து வளர்ந்தவை ஆகும். சீன எழுத்துகளும், கியூனிபாம் எழுத்துகளும் ஓவியங்களில் இருந்து வளர்ந்தவை என்பது உறுதிபடுத்தப்பட்டுள்ளது.

இத்தகைய வளர்ச்சி நிலைகளைப் பற்றி தெரிந்திருந்தும் பிராமி பிராணர்களால் உருவாக்கப்பட்டது என்று கூறுவது பொய். ஐராவதம் மகாதேவன் பிராமியை, தமிழ் பிராமி என்று அழைக்கலாம் என்று கூறிய போது தமிழகத்தில் தோன்றியதால் தமிழி என்று கூறலாம் என்று கூறியவர் நாகசாமி. ஆனால் அதை தற்போது மறுக்கின்றார்.

வட இந்தியாவிலிருந்த இருந்த சரஸ்வதி நதி நாகரிகம் எங்கிருந்தது என்பது இதுவரை கண்டுபிடிக்கப்படவில்லை. தமிழகத்தில் நூற்றுக்கும் மேற்பட்ட 3000 ஆண்டுகளுக்கு முற்பட்ட பாறை ஓவியங்கள் கண்டுபிடிக்கப் பட்டுள்ளன. முதலில் பாறைகளில் எழுதத் தொடங்கிய தமிழர் அதைத் தொடர்ந்து மட்கலங்களில் எழுதினர். பொருந்தல், கொடுமணல், கீழடி போன்ற இடங்களில் நூற்றுக்கும் மேற்பட்ட குறியீடுகளும், 400க்கும் மேற்பட்ட பிராமி எழுத்துகள் எழுதப்பட்ட பானை ஓடுகளும் சேகரிக்கப் பட்டுள்ளன. வல்லம் அகழாய்வில் குறியீடுகளில் இருந்து தமிழ் பிராமி எழுத்துகள் வளர்ந்தன என்பது உறுதிசெய்யப்பட்டிருகிறது. கி.மு.6ஆம் நூற்றாண்டிலேயே தமிழ் எழுத்துகளை மட்கலங்களில் எழுதுகின்ற வழக்கம் இருந்தது என்பதை பானை ஓடுகள் உறுதிப்படுத்துகின்றன. அசோகன் பிராமி எழுத்துகள் கி.மு.3ஆம் நூற்றாண்டில் எழுதப்பட்டவை. எனவே அசோகனின் காலத்திற்கு முன்னரே தமிழர்களிடையே மட்கலங்களில் எழுதுகின்ற வழக்கம் இருந்தது என்பது சான்றுகளின் வாயிலாக உறுதிசெய்யப்படுகிறது. இரா.நாகசாமி இவற்றை எல்லாம் புறம் தள்ளிவிட்டு தமிழர்களுக்கு எழுத்து வடிவம் இல்லை என்ற வடிகட்டிய பொய்யைக் கூறுகிறார்.

சங்ககால இலக்கியங்களில் நான்கு வகை சாதி அமைப்பும், வேதப் பள்ளிகளும் தமிழகத்தில் இருந்தன என்று இரா. நாகசாமி குறிப்பிடுகின்றார்.

“இங்கு பிராமணர்களே தலைவர்களாக இருந்தனர். தர்ம சாத்திரங்கள் படி வேதபுராண கடவுள்களான இந்திரன், கிருஷ்ணன், துர்க்கை, குமரன், காமன், சிவன், பலராமன், ராமன் போன்ற கடவுள்களை பழந்தமிழர்கள் வணங்கினர். 70 விழுக்காடு தமிழ் மக்கள் வேதங்களையும், சமக்கிருதத்தையும் பயின்றனர். புகழ் பெற்ற சங்ககால மன்னர்கள் பிராமணர்களுடன் இணைந்து வேள்விகளை நடத்தினர். பிராமண பண்பாடு நிலைப் பெற்ற பின்னர் சமணர்களும் பௌத்தர்களும் தமிழத்திற்கு வந்தனர்’ என்பது நாகசாமியின் வாதம்.

இவருடைய கூற்றில் ஆராய்ச்சி என்பது இல்லை. நான்கு வேதங்களில் மூத்த வேதமாகிய ரிக் வேதத்தில், பத்தாவது அத்தியாயமாகிய புருஷ சுக்தத் தில் வர்ணம் அல்லது சாதி கோட்பாடு உள்ளது. பிராமணன், சத்திரியன், வைசியன், சூத்திரன் என்ற சாதிபாகுபாடு உள்ளது. ஆரியர்கள் ஆண் ஆதிக்க சமூகத்தைச் சார்ந்தவர்கள். பூர்வக்குடிகளாகிய தாசர்களையும், தசயூக்களையும் வெல்வதற்கு ஆண் தெய்வங்களை வணங்கினர். நான்கு வகை சாதிகளின் விளக்கம் ஸ்மிருதிகளில் காணப்படுகின்றன. சாதியில் தூய்மை, தீட்டு, ஆண் ஆதிக்கம், அகமணமுறை போன்றன சுதர்மமாக நிர்பந்திக்கப்பட்டன.

தமிழர் நாகரிகம் அல்லது சங்ககால நாகரிகம் என்பது சுமார் 4000 ஆண்டுகளுக்கு முற்பட்ட, புதிய கற்காலம், அதைத் தொடர்ந்து வந்த பெருங்கற்காலம் அல்லது இரும்பு காலம் ஆகியவற்றிலிருந்து படிப்படியாக வளர்ந்தது. அக்காலங்களில் மக்கள் இனக்குழு மக்களாக வாழ்ந்தார்கள். சங்ககாலத்தில் குறிஞ்சி, முல்லை மருதம், நெய்தல் போன்ற திணை களின் அடிப்படையில் மக்கள் வாழ்ந்தார்கள். சங்க இலக்கியங்களில் இனக்குழு அமைப்பு முறை, சமண, பௌத்த, ஆசீவக சமயங்கள் போன்றன காணப்படுகின்றன. சங்ககால கட்டமைப்பு குடி, கிழார், வேளிர், வேந்தன், மன்னன் ஆகிய அடுக்கு நிலைகளைக் கொண்டது. தச்சர், கொல்லர், கைவினைஞர்கள், வர்தகர்கள், நிர்வாகிகள் போன்ற தொழிலை அடிப்படையாகக் கொண்டவர்கள். கி.பி.5ஆம் நூற்றாண்டு வரையில் வர்ண பாகுபாடு அல்லது சாதி அமைப்பு தமிழகத்தில் இல்லை. பிறப்பின் அடிப்படையில் தீண்டத்தகாத சாதிகள் என்ற சமூக அமைப்பு கி.மு.6ஆம் நூற்றாண்டிலேயே தோன்றி, பெருகியது. இதை பௌத்த நூல்கள் விளக்குகின்றன.

சிலப்பதிகாரத்திலும், மணிமேகலையிலும் சாதியைப் பற்றிய குறிப்புகள் இல்லை.

பல்லவர்களின் காலத்தில் புதிய உற்பத்தி முறை கொண்டுவரப்பட்ட போது, இங்கிருந்த குடி அமைப்பு சாதியாக உருமாற்றம் பெற்றது சோழர் காலத்தில் சாதி அமைப்பு வேர் ஊன்றி நிலைபெற்றது. இருப்பினும் வடஇந்திய சாதிமுறை அப்படியே தமிழகத்திற்கு பதிவிறக்கம் செய்யப்படவில்லை.

தமிழகத்தில் தாய்தெய்வ வழிபாடு இருந்தது. அணங்கு, மூத்தோள், முதுமகள், பாவை போன்ற பல பெயர்களில் பெண்தெய்வத்தை வணங்கினர். தமிழர்கள் தாய்வழி சமுதாயத்தை அடிப்படையாகக் கொண்டவர்கள். சங்க இலக்கிய புலவர்களில் 35 பேர் பெண்கள். பெண்கள் வளமையின் இருப்பிடமாகக் கருதப்பட்டனர். மறுமணமுறையை ஏற்றுக்கொள்ளப்பட்டது. பிராமணர்கள் தந்தை வழி சமுதாயத்தை அடிப்படையாகக் கொண்டவர்கள்.

தமிழர்கள் இறந்தவர்களை புதைப்பவர்கள். ஆனால் பிராமணர்கள் இறந்தவர்களை சுடுகின்றவர்கள். பிராமணர்கள் மறுமணமுறையை ஏற்றுக்கொள்ளவில்லை. சதியை, உடன்கட்டை ஏறுவதை விரும்பியவர்கள். திராவிட பண்பாட்டிலிருந்து முற்றிலும் வேறுபட்டவர்கள் பிராமணர்கள். ஆகவே தமிழர்களுக்கு நாகரிகத்தைக் கற்றுக் கொடுத்தவர்கள் பிராமணர்கள் என்பது திசை திருப்புகின்கிற செயல்.

தமிழ் செம்மொழி ஆவதற்கு சமக்கிருதம் தான் முக்கியமான காரணம் என்று இரா.நாகசாமி கூறுகின்றார். ‘தொல்காப்பியம் வேதமரபை அடிப்படையாகக் கொண்டு எழுதப்பட்டது. தமிழரின் கற்பு கோட்பாடு வேதமரபில் வந்த கல்ப சூத்திரத்தில் இருந்து பெறப்பட்டது. தொல்காப்பியத்திலுள்ள எழுத்ததிகாரம் வேத உச்சரிப்பிலிருந்து வளர்ந்தது. பொருளதிகாரமும் சமக்கிருத இலக்கியத்தை அடிப்படையாகக் கொண்டது. தொல்காப்பியம் குறிப்பிடும் அகத்திணை, புறத்திணை பரதமுனிவர் இயற்றி நாட்டிய சாத்திரத்திலிருந்து எடுத்தவை. நாட்டிய சாத்திரத்தில் வரும் கிரி, வனம், வர்ஷா, நகரம் என்பவற்றிலிருந்து தொல்காப்பித்தில் வரும் குறிஞ்சி, முல்லை, மருதம், நெய்தல் போன்றன வந்தவை’ என்றெல்லாம் இரா. நாக சாமி குறிப்பிடுகின்றார். இவை அனைத்துமே உண்மைக்கு புறப்பானவையும் புனையப்பட்டவையும் ஆகும்.

தொல்காப்பியத்திற்கும் சமக்கிருதத்திற்கும் இடையே உள்ள தொடர்பைப் பற்றி 19ஆம் நூற்றாண்டில் பல ஆய்வுகள் வெளி வந்துள்ளன. தொல்காப்பியம் சமக்கிருத மரபைச் சார்ந்தது என்று சாஸ்திரி வெளியிட்டுள்ளார். அக்கருத்தை இரா.நாகசாமி மீண்டும் முன்வைக்கின்றார்.

தொல்காப்பியத்தில் திணைக்கோட்பாடு முக்கியமாக கூறு. திணை என்பது நிலவியலை அடிப்படையாகக் கொண்டது. திராவிட நாகரிகம் என்பது குடியை அடிப்படையாகக் கொண்டது. சமக்கிருதத்தில் திணை கோட்பாட்டுக் கூறுகள் இல்லை. தொல்காப்பியம் கூறும் மாத்திரைகள் சமக்கிருதத்தில் இல்லை. தொல்காப்பியத்தில் மெய்யியல் கோட்பாடு இனக்குழு மக்களின் நம்பிக்கையையும், சமண பௌத்த வினைக் கோட்பாட்டையும் அடிப்படையாகக் கொண்டது. இவற்றை இரா.நாகசாமி மூடிமறைக்கிறார்.

தொல்காப்பியத்தில் அரசன், வேளாளர் போன்ற சொற்கள் வந்தாலும் அவை தீண்டாமையை அடிப்படையாகக் கொண்டு வந்ததல்ல. சத்திரியன்,

சூத்திரன் ஆகிய சொற்கள் தொல்காப்பியத்தில் இல்லை. ஆனால் வேதங்கள் பிறப்பின் அடிப்படையில் சாதியைக் கூறுகின்றன. எனவே திராவிட நாகரிகம் முற்றிலும் வேறுபட்டது.

"அசோகன் புத்த மதக் கொள்கையை போதிக்கவில்லை. மாறாக தைத்ரேய உபநிடதத்தில் உள்ள வைதீக தருமத்தை போதித்தார். வேதங்கள் கூறுகின்ற வைதீக தருமத்தைப் பின்பற்றினார். புத்தர் வேதத்தின் வழி நடந்தார்" என்பதுடன் அசோகனின் கல்வெட்டுகளுக்கு புதிய விளக்கத்தையும் இரா.நாகசாமி கூறுகின்றார்.

அசோகனின் சமயம் பௌத்தம் என்பது உலகறிந்த உண்மை. வருணாசிரம எதிர்ப்பு, கடவுள் மறுப்பு ஆகிய புத்தரின் கோட்பாடுகளை கல்வெட்டாக வெட்டி வைத்தவன் அசோகன். ஆனால் அசோகன் வைதீகத்தைப் பரப்பினார் என்பது திசைதிருப்புகின்ற செயல். பௌத்தம், வேத மறுப்பு இயக்கமாக துவங்கியது. யாகங்களில் கால்நடைகளை பலியிடுவதையும், உயிர் வதையையும் எதிர்த்த, புத்தனின் கோட்பாடுகளை அசோகன் கல்லில் வெட்டி வைத்தான். இதனுடன் வைதீகத்தை எதிர்த்து சாங்கியம், நியாம், வைசேசம், சாருவாகம், மீமாம்சம் ஆகிய தத்துவங்கள் உருவாயிற்று.

ஆன்மா என்ற கோட்பாட்டை புத்தர் மறுத்தார். ஆன்மாவை மறுப்பவர், ஏற்பவர்கள் ஆகியோருக்கிடையில் ஆன்மா பற்றிய விவாதத்துகுள் செல்லாமலேயே புத்தரின் போதனைகள் அமைந்தன. "பொருட்கள் நிலையானவை அல்ல. மாறிக் கொண்டிருப்பவை. அவை ஒன்றை ஒன்று சார்ந்து இயங்குகின்றன. அறிவின் வழியாக நிர்வாணம் அடையலாம். நிர்வாணம் என்பது அறிதல்" என்பவையே புத்தரின் போதனைகள் ஆகும். அசோகனின் கல்வெட்டுகளில் வர்ணம் அல்லது சாதியைப் பற்றிய குறிப்புகள் இல்லை. அரசனும் மக்களும் சமம் என்பதே தம்மம் என்று புத்தர் கூறினார். இதை அசோகன் மக்களிடையில் பரப்பினான்.

வேதங்கள், உபநிடதங்கள், ஆரண்யங்கள், பிராமணங்கள், இதிகாசங்கள் ஆகியவை தீண்டாமை, சாதிய அமைப்பு, பலியிடுதல் ஆகியவற்றை அடிப்படையாகக் கொண்டவை என்று பொய்யுரைக்கிறார் இரா. நாகசாமி. புத்தரின் கொள்கைகள் பிராமணர்களுக்கு எதிரானவை. கொல்லாமை, சமத்துவம், சகோதரத்துவம் போன்றவையே புத்தரின் கோட்பாடுகள். சமயத்தின் பெயரால் உயிர் பலி கூடாது என்றார் அசோகன். இதற்கு நேரெதிராக ஆயிரக்கணக்கான கால்நடைகளை பலியிடுவதுதான் வேதமரபு.

இந்திய வரலாற்றை முழுவதுமாக அறிந்து கொள்வதில் இருந்த இடைவெளிகளை புதிய தொல்லியல் கண்டுபிடிப்புகள் வேகமாக நிரப்பி வருகின்றன. கொடுமணல், ஆதிச்சநல்லூர், கீழடி ஆகியவற்றில் நடத்தப்பட்ட ஆய்வுகளில் கிடைத்த தொல்லியல் சான்றுகள் தமிழ்மொழியின்

தொன்மையையும், 2600 ஆண்டுகளுக்கு முன்னரே தமிழ் எழுத்துக்கள் வளர்ச்சி பெற்ற நிலையில் இருந்ததையும் உறுதி செய்கின்றன. திராவிட மொழிகள் சமஸ்கிருதத்திலிருந்து தோன்றியவை அல்ல என்பது மட்டுமின்றி தமிழ் மொழி சமஸ்கிருதத்துக்கும் மூத்த மொழி என்பதும் வெகுவிரைவில் உறுதி செய்யப்பட்டு விடும்.

புதிய தொழில்நுட்பங்கள் வாயிலாக நடத்தப்படும் தொல்லியல் மற்றும் மானிடவியல் ஆய்வுகள் பல புதிர்களுக்கு விடையளித்து வருகின்றன. இந்த ஆய்வுகளெல்லாம் முனைவர். நாகசாமி போன்றவர்கள் உருவாகிவரும் பொய்ப் பிம்பங்களை உடைத்து இந்திய நாட்டின் பெருமைக்குரிய சமத்துவக் கூறுகளையும், பகுத்தறிவுப் பாரம்பரியத்தையும் வெளிக்கொண்டு வந்து கொண்டிருக்கின்றன. சிந்துவெளி நாகரிகத்தின் ஊர்களில் ஒன்றான ராக்கிஹாரி என்ற ஊரில் கண்டுபிடிக்கப்பட்ட எலும்புக் கூடுகளில் நடத்தப்பட்ட மரபணு ஆய்வுகள் அந்த எலும்புக்கூடுகளின் மரபணுக்களுக்கும், ஆரியர்களின் மரபணுக்களுக்கும் உள்ள வேற்றுமைகளை நிறுவியிருக்கிறது. சிந்துவெளி மக்களே இந்தியாவின் தொன்மையான மனிதர்கள் என்பது எந்த விதமான ஐயத்துக்கும் இடமின்றி உறுதி செய்யப்பட்டிருக்கிறது.

தொல்லியல் குறித்தும், வரலாறு குறித்தும் அறிஞர் பெருமக்களிடையே மட்டுமின்றி பொதுமக்களிடையேயும் பேரார்வம் தோன்றியிருக்கும் இந்தச் சூழலில் தேவ. பேரின்பன் எழுதிய இந்த அரிய நூலை மறுபதிப்பு செய்து வெளியிடுவதில் தகடூர் அதியமான் வரலாற்று சங்கம் பெருமை கொள்கிறது.

மருத்துவர். இரா. செந்தில், தருமபுரி நாடாளுமன்ற உறுப்பினர் இந்நூலை ஆங்கிலத்தில் மொழிபெயர்த்திருக்கிறார். அந்த நூல் பாரதி புத்தகாலயத்தால் 'Tamil and Sanskrit' என்ற பெயரில் வெளியிடப்பட்டிருக்கிறது

தருமபுரி.
ஏப்ரல் -2021

முனைவர் தி.சுப்பிரமணியன்
தலைவர்,
தகடூர் அதியமான் வரலாற்று சங்கம்,
தருமபுரி.

முதல் பதிப்பின் பதிப்புரை

கடந்த ஆண்டு (2012) முனைவர் இரா. நாகசாமி அவர்கள் எழுதி வெளியிட்டுள்ள 'The Mirror of Tamil and Sanskrit' என்னும் நூல் புதிய மொந்தையில் பழைய கள் என்னும் வகையில் வெளிவந்து தமிழ் ஆர்வலர்களிடையேயும், அறிஞர்களிடையேயும் பெரும் விமர்சனத்திற்கு உள்ளாகியது. இந்நூலின் ஆசிரியர் திரு. இரா.நாகசாமி அவர்கள் இந்நூல் தொடர்பான ஒரு பேட்டியில் இந்து ஆங்கில நாளிதழில் இந்நூலின் அருமை பெருமைகளைச் சொல்லி, இது தொடர்பாக உணர்ச்சிகளுக்கு ஆட்படாத ஒரு ஆரோக்கியமான விவாதத்திற்கு தாம் தயார் என்றும் பிரகடனம் செய்திருந்தார். இது புத்தக விற்பனைக்குரிய ஒருவகையான விளம்பர உத்தி என பல அறிஞர்களால் புறந்தள்ளப்பட்டது என்றாலும் எம்மைப் போன்ற ஒரு சிலருக்கு அது ஒரு சவாலாகவே அமைந்தது. எனவே இந்நூலுக்கு ஒரு சரியான மறுப்புரை வெளியிட வேண்டும் என்னும் அவா எழுந்தது.

சென்னையில் முனைவர் பொற்கோ தலைமையிலும் திருச்சியில் முனைவர் க.நெடுஞ்செழியன் ஏற்பாட்டிலும் சில கருத்தரங்கங்கள் நடத்தப்பட்டன. மதுரையிலும் முனைவர் தமிழண்ணல் தலைமையில் உரையரங்கம் ஒன்று நடைபெற்றது. நானும் ஓரிரு ஆய்வரங்கங்களில் எனது நறுக் கருத்தை வலிமையாகப் பதிவு செய்தேன். இருப்பினும் நூல் வடிவில் தக்கதொரு மறுப்பு வரவேண்டும் என்பதும் அதுவே நிலையானதாக இருக்கும் என்பதும் பலரது வேண்டுகோளாக இருந்தது.

தமிழ் பிராமி எழுத்துக்களின் காலத்தை பற்றியும் அவருக்கு நிலையான கொள்கை இருந்ததில்லை. தமிழியின் காலம் கி.மு. மூன்றாம் நூற்றாண்டு என்பார். (கல்வெட்டியல்) தனது ஆங்கில நூலிலேயே இரண்டாம் நூற்றாண்டு என்பார். இன்னொரு இடத்தில் கி.மு. முதல் நூற்றாண்டு என்பார். எனவே அவரது கருத்துக்களை ஒரு பொருட்டாக எடுத்துக் கொள்ளலாகாது என்றாலும், அவரது எழுத்துக்களுக்குப் பின்னால் உள்ள சாதி அரசியலும், சமஸ்கிருத மேன்மையைத் தூக்கிப்பிடிக்கும் போக்கும் ஒரு ஆய்வாளருக்கு உரியவையாக இல்லை. திரு.க.நெடுஞ்செழியன் குறிப்பிடுவதைப் போல விருதுகளை எதிர்பார்த்து இத்தகைய நூல் எழுதியிருந்தால் (க.நெடுஞ் செழியன், நாகசாமி நூலின் நாசவேலை. பன்மை வெளி. செப்டம்பர் 2012) அது பழுத்த ஆய்வாளர்க்கு அழகல்ல.

இந்நூலை எழுதியிள்ள தோழர். தேவ.பேரின்பன் ஆழ்ந்த மார்க்சிய கல்வி ஞானம் பெற்றவர். நடுநிலை பிறழா ஆய்வாளர். சமூக விஞ்ஞானம் எனும் ஆய்விதழின் நெடுங்காலப் பொறுப்பாசிரியர். எமது வேண்டுகோளுக்கு இணங்க இவ்விமர்சன நூலை எழுதியுள்ளார். அடுக்கடுக்கான வாதங்கள், ஆணித்தரமான கருத்துக்கள், சந்தேகத்திற்கு இடமளிக்காத சான்றுகள் கொண்டு எல்லோரும் ஏற்கும் தமிழ்நடையில் இந்நூலை ஆக்கித் தந்துள்ளார். பதினோரு ஆய்வுத் தலைப்புகளில் நாகசாமியின் நூலை மிக நாகரீகமான சொல்லாடலின் மூலம் ஆய்வுக்குட்படுத்தியுள்ளார். அவருக்கு எமது பாண்டிய நாட்டு வரலாற்று ஆய்வு மையத்தின் சார்பில் நன்றி. இந்நூலை வெளிக்கொணர்வதற்கு உறுதுணையாகப் பொருளுதவி புரிந்த அமெரிக்க வாழ் தமிழ் ஆர்வலர் பண்பாளர் திரு.பால் பாண்டியன் அவர்களுக்கும் நன்றிகள் பல. என் போன்றோர் பலர் நாகசாமி அவர்களின் மாணவர்களே. எனினும் அவரது கருத்துக்கள் பலவற்றுக்கும் மாறானவர்களே. எனவே பெரியோரை வியத்தலும் இலமே சிறியோரை இகழ்தல் அதனினும் இலமே எனும் கணியன் பூங்குன்றனின் வழியில் இந்நூலை வெளியிடுகின்றோம். சற்றே காலம் தாழ்த்தி வெளிவந்தாலும் இருநூல்களை தமிழ் அறிவர் உலகம் ஒப்பிட்டு நோக்கட்டும்.

முனைவர் சொ.சாந்தலிங்கம்,
பாண்டிய நாட்டு வரலாற்று ஆய்வு மையம்.
மதுரை.

முன்னுரை

பாண்டிய நாட்டு வரலாற்று ஆய்வு மையத்தின் கூட்டம் ஒன்றில் உரையாற்ற மதுரை சென்ற போது அதன் செயலாளர் முனைவர் சொ.ச ாந்தலிங்கம் அவர்கள் அறிஞர் நாகசாமியின் நூலை என்னிடம் கொடுத்து அதற்கு மறுப்புரை ஒன்றும் எழுதும்படி வலியுறுத்தினார். பல நிலைகளில் அவரது நூல் ஏற்கனவே மறுக்கப்பட்டது தான். ஆயினும் முறையான மறுப்புரை ஒன்று அவசியம் என்பதையும், இப்பொருள் பற்றிய உரையாடல் (விவாதம்) தேவை என்பதையும் உணர்ந்ததால் இச்சிறுநூல் ஆக்கம் பெற்றது.

நாகசாமியின் நூலில் காணப்படும் அனைத்துக் கட்டுரைகளும் இங்கு ஆய்வுக்கு எடுத்துக் கொள்ளப் படவில்லை. தமிழுக்கும், சமக்கிருதத்து க்குமான தொடர்பு குறித்த அவரது பிராமணியப் பார்வை வலுவாக முன் வைக்கப்படும் கட்டுரைகள் மட்டும் பரிசீலனைக்கு எடுத்துக் கொள்ளப்படுகின்றன. ஆய்வு என்ற பெயரில் அவர் முன் வைக்கும் பல பொய்யுரைகளில் சில மட்டும் திரும்பத் திரும்ப முன் வைக்கப்படுவதால் அவை மறுக்கப்படுகின்றன. இந்த விவாதத்தினூடே தமிழ்ச் சமூகம் குறித்த புதிய வரலாற்றியலுக்கான அடிப்படைகளும், அவசியமும் வலியுறுத்தப்படுகிறது. அறிவியல் சார்ந்த வரலாற்றியலில் புலமையும், தேர்ச்சியும் மிகுந்த அறிஞர் பெருமக்கள் இதனை மேலும் வளர்த்தெடுக்க வேண்டும் என்பதே நமது வேண்டுகோள். இதனை செய்து முடிப்பதற்கான ஆற்றலும், ஊக்கமும் மிகுந்த ஆய்வறிஞர்கள் மிகுதியும் உள்ள தமிழகத் தில் நாகசாமி போன்றவர்களின் தன் விருப்ப ஆய்வுகள் ஏற்பைப் பெற்று விடுவதில்லை. ஆயினும், மனிதகுல மேன்மைக்காகவும், ஒற்றுமை, சமத்து வத்துக்கும் ஆன நீண்ட நெடிய வரலாறு இன்றும் தொடரப்பட வேண்டும். தமிழருக்கு அத்தகைய வரலாறு உண்டு என்பதை மீண்டும் மீண்டும் உறுதி செய்ய வேண்டும். அந்த நோக்கிலான எளிய முயற்சியே இந்தநூல்.

இந்த நூலை எழுத ஊக்குவித்த தொல்லியில் அறிஞர் முனைவர் சொ.சாந்தலிங்கம் அவர்களுக்கும், தனது ஆய்வுக் கட்டுரையை அனுப்பி உதவிய முனைவர் இரா.பூங்குன்றன் அவர்களுக்கும், அதியமான் சமூக வரலாற்று ஆய்வு மையத்தின் செயலாளர் முனைவர் தி.சுப்பிரமணியன் அவர்களுக்கும் எனது நன்றிகள்.

இந்நூலை அழகுற அச்சிட்டு வெளியிட்ட வெளியீட்டாளருக்கு எனது தனிப்பட்ட நன்றிகள்.

ஜூலை -2013 - தேவ. பேரின்பன்

பொருளடக்கம்

1. நாகசாமியின் பாதை
2. ஆரியம்- தமிழ் மோதல்
3. மொழி அரசியலும், மொழியியலும்
4. சமக்கிருதமும், பிராகிருதமும்
5. பிராமி எழுத்தை உருவாக்கியவர்கள் பிராமணர்களா?
6. பழந்தமிழகத்தில் சமயம்- சாதிகள்
7. தொல்காப்பிய ஆராய்ச்சி - 1
8. தொல்காப்பிய ஆராய்ச்சி - 2
9. அசோகரின் சமயம்
10. தொன்மங்களும், வரலாறும்
11. வரலாற்றைக் கண்டறிதல்

    துணை நூற்பட்டியல்

1.அறிஞர் நாகசாமியின் புதிய பாதை

வேத-சமஸ்கிருத மரபுகளை ஏற்றுக்கொண்டதன் மூலம் குறிப்பாக தனது உருவாக்க கட்டங்களில் பிராமணர்களின் உதவியோடு தமிழ் செம்மொழித் தகுதியைப் பெற்றது. (அங்கிருந்து)... வாங்கிக் கொண்டதன் விளைவாக வேகமான வளர்ச்சியைக் கண்டது. சிவன், விஷ்ணு, (கிருஷ்ணன்), ராமன், பலராமன், குமரன் (முருகன்), இந்திரன், வருணன், துர்க்கை, காளி மற்றும் இதர வேதக் கடவுள்களையே பழந்தமிழர்களும் வழிபட்டனர். பிராமணர்கள், சத்திரியர்கள், வைசியர்கள், சூத்திரர்கள், கலப்பு சாதியினர் என சமூகம் பிளவு பட்டிருந்தது. தமிழர் வாழ்வின் ஒவ்வொரு துறையிலும் வேத சமயத்தின் பயன்பாட்டில் பெரும்பாலான தமிழர்கள் நம்பிக்கை கொண்டிருந்தனர். வேத இலக்கியங்களில் குறிப்பிட்ட வழக்கங்களையும், நடைமுறைகளையும், அவர்கள் வழிகாட்டியாகக் கொண்டனர். அவர்களது சொந்த வாழ்வில் வேத வழிபாட்டையே கடைப்பிடித்தனர். சேரர், சோழர், பாண்டியர், வேளிர் முதலிய அரசர்களும் சாமானியரும் வேள்விகளை நடத்தினர்.

உயர்குடி என்று அழைக்கப்பட்ட உயர் சாதியினரான வேளாளர்கள் உள்ளிட்ட பெரும்பாலான தமிழ் மக்கள் வேதங்களையும், வேதாந்தங்களையும் பயின்றனர்.

குறிஞ்சி, முல்லை, மருதம், நெய்தல், பாலை என்ற தமிழரின் ஐந்து பிரிவும், பரத நாட்டிய சாஸ்திரத்தில் கக்ஹியங்கள் என குறிப்பிடப் பட்டுள்ளது. யக்ஞவல்கியர், வசிஷ்டர், நாரதர், மனு, பிரஹஸ்பதி, பாராசரர் போன்ற வேதரிஷிகள் தொகுத்த தர்ம சாஸ்திரங்களின் கோட்பாடு களை அடிப்படையாக கொண்டே நீதி நிர்வாகம் அமைந்தது. தேர்ந்தெடுக்கப் பட்ட பிரதிநிதிகளைக் கொண்ட கிராம சபைகள் என்று வேத சபைகளில் குறிப்பிட்டதைப் போன்ற குடிமை நிர்வாகமே நிலவியது. ஒலியியல், உபமானம், போன்ற அலங்காரங்கள் முதலியவைகளே சமஸ்கிருத மூலங்களில் இருந்து பெற்றதையே தொல்காப்பியத்தின் தமிழ்ச் செய்யுளியல் வழங்குகிறது. மேலும், படிக்க கூடிய அதிகார எழுத்து வடிவமான பிராமி பிராணமர்களால் கண்டுபிடிக்கப்பட்டது. சரஸ்வதி பள்ளதாக்கில் அசோகர் காலத்தில் பிரமாணர்கள் கண்டறிந்ததால் அது பிராமி என அழைக்கப்பட்டது. பிராமணர்களால் உருவாக்கப்பட்ட எட்டு வகையான திருமணங்களையே தமிழர்கள் கடைப் பிடித்தனர். தொல்காப்பியம் கற்பியல் பகுதியில் எட் டுவகையான திருமண முறைகள் குறிப்பிடப்படுகிறது. இறந்தவர்களை அடக்கம் செய்தல், அடக்கச் சடங்குகள், நினைவுக் கற்களை எழுப்புதல் போன்றவை சமஸ்கிருத சூத்திரங்களும் ஆகம இலக்கியங்களிலும் குறிப்பிட்டவாறே நடைப்பெற்றன. ஆகமச் சடங்கு முறைகளையே பழந் தமிழகத்து கோயில் வழிபாடு கடைப்பிடித்தது. பரதரின் நாட்டிய சாஸ்திரத்தை அடிப்படையாகக் கொண்டே இசை, நடனம், இலக்கியம், பலவகைப்பட்ட ரஸங்கள் முதலிய அழகியல்கள் அமைந்திருந்தன. நடன மரபை அடிப்படையாகக் கொண்டே செய்யுளின் அகம் மற்றும் புறம் வேறுபாடு அமைந்தது. அவை சிருங்காரம்(அகம்) மற்றும் செயல்பாடு (புறம்) எனவும் அறியப்பட்டன.

இந்தியாவின் பிற பகுதிகளில் அவைக்களுக்குரிய சொந்த எழுத்து முறை இருந்தது போலவே தமிழுக்கும் சொந்த எழுத்து முறை இருந்தது. (வெளியிலிருந்து) வரும் கருத்துகளை விரைவாக உள்வாங்கிக் கொண்டு அழகான செம்மொழியாக மலர்வதற்கான வளர்ச்சியடைந்த எழுத்து முறையைக் கொண்டிருந்து. தமிழ் காவியங்கள் சமஸ்கிருதத்தில் மொழி பெயர்க்கப்பட்டதையும் இது காட்டுகிறது. சைவ நாயன்மார்களும், வைணவ ஆழ்வார்களும், வேதங்களையும், அவற்றின் சாரத்தையும், தமிழில் அளிப்பதாகக் குறிப்பிட்

டனர். இந்த நூல் தமிழையும், தமிழையும், சமஸ்கிருதத்தையும் சரியான வரலாற்று கால வரிசை நோக்கில் வைக்கும் புதிய பாதையை வழங்குகிறது.

இந்த வகையில் தமிழர் பண்பாட்டின் எந்த ஆய்வுத் துறையும் சாராது அகவயப்பட்ட சுயவிளம்பர ஆய்வுகளை எழுதிவரும் பாதசாரி யூகப்பேர் வழிகளின் ஆதாரமற்ற பல கூற்றுகளை இது மறுக்கிறது. பன்முக ஆய்வுத் துறைகளை மற்றும் அறிவியல் அணுகுமுறை அடிப்படையில் தமிழ் இலக்கியம் குறித்த ஆழமான ஆய்வை இந்த நூல் விழைகிறது.

இந்த நீண்ட மேற்கோள் தொல்லியல் அறிஞர் முனைவர் இரா.நாகசாமி அவர்கள் ஆங்கிலத்தில் எழுதிய Mirror of tamil and Sanskrit என்ற நூலின் முன்னுரையில் காணப்படும் வாசகங்களின் தமிழாக்கமாகும். 2012-ஆம் ஆண்டு Tamil Arts Acadamy, Chennai இந்த நூலை வெளியிட்டது. இதனைத் தொடர்ந்து இந்து நாளிதழில் இது குறித்த விவாதமும் துவக்கி வைக்கப்பட்டது. முனைவர் இரா.நாகசாமியின் நூலில் உள்ள பல விளக்கங்களை மறுத்து அறிஞர் பலரும் கட்டுரைகள் எழுதியுள்ளனர். கருத்தரங்குகள் சிலவும் நடத்தப்பட்டன.

தனது பெயருக்கு முன்னால் 11 பட்டப்பெயர்களை மெய்கீர்த்தியாக போட்டுக்கொண்டு மகிழும் முனைவர் இரா.நாகசாமி அவர்கள் பல ஆண்டு காலம் தமிழ்நாடு அரசு தொல்லியல் துறையில் இயக்குநராக பணியாற்றியவர். தமிழகத்தில் தொல்லியல் துறையின் வளர்ச்சிக்கு மிகப்பெரும் பங்காற்றியவர். தொல்லியலாளர் பலரையும் பயிற்றுவித்தவர். உலகத் தமிழ் மாநாடுகளிலும், ஆய்வாங்களிலும் அதிகாரப்பூர்வமாக உலா வந்தவர். தமிழ் ஆய்வுகளில் தொல்லியலின் தரவுகளையும் இணைப்பதில் ஆர்வம் காட்டியவர். இப்படியாகவே நமது அறிஞர் பெருந்தகையாரின் அருமை பெருமைகளை அடுக்கிக் கொண்டே போகலாம்.

அவர் தற்போது ஒரு புதிய பாதையை (a path breaking exposition) இந்த நூல் மூலம் வழங்கியிருக்கிறார். அதுவே அறிவியல் பூர்வமானது எனவும் பிரகடனப்படுத்துகிறார்.

அவரது நூலில் மொத்தம் 35 கட்டுரைகள் அமைந்துள்ளன. அதில் முதல் 20 கட்டுரைகளில் தான் அவர் தனது புதிய பாதையை வழங்குகிறார். இந்த கட்டுரைகளின் வழியே அறிவியல் பூர்வமான வரலாற்று ஆய்வுக்கு நமது அறிஞர் பெருமகனார் வழங்கும் புதிய பாதையில் என்ன தான் சொல்கிறார்?

அவற்றை வரிசைப்படுத்தலாம்

1. சமஸ்கிருத்தால் பெறப்பட்டதே தமிழ் வளர்ச்சியும், செம்மொழித் தகுதியும்

2. பிராமணிய வாழ்கைமுறையே (தர்ம சாஸ்திரங்கள் மூலமாக) பழந்தமிழர் வாழ்கையில் நிலவியது. வேத வேள்விகளும், சாதி முறையும் பழந்தமிழகத்திலேயே இருந்தது.

3. சட்டபூர்வ திருமணம், கற்பு முதலியவை பிராமணர்கள் மூலமாக சமக்கிருதத்தில் இருந்து பெறப்பட்டது. இவையே தமிழர்களை நாகரீகப்படுத்தியது

4. பிராமி எழுத்தின் தோற்றம் பிராமணர்களால் ஏற்பட்டது

5. தமிழ்ச் செய்யுள் வடிவங்கள் சமஸ்கிருத்தில் இருந்து பெறப்பட்டது.

6. அகத்தியர், இந்திரன் போன்ற வேதகால பிராமண கடவுள்களையே தமிழர்கள் வழிபட்டனர்.

7. அசோகன் சமயமே உபநிடதத்திலிருந்து பெறப்பட்டதுதான்.

8. புராணங்களின் நோக்கம் சூத்திரர்களுக்கு விடுதலை தருவதே.

9. தொல்காப்பியம் சமக்கிருத்ததை ஒட்டி அமைந்ததே

10. சமக்கிருதம் வேத உபநிடதங்கள் பிராமணர்களின் மொழி. தமிழோ சமக்கிருத்ததின் கண்ணாடி பிரதிபலிப்பு தான்.

இவற்றை தொல்லியல் சான்றுகள், வேத உபநிடதச் சான்றுகள், சைவ இலக்கியச் சான்றுகள் போன்றவற்றின் அடிப்படையில் நிறுவுவது போன்ற தோற்றத்தை ஏற்படுத்துகிறார்.

இதன் மூலம் அறிஞர் நாகசாமி அவர்கள்

19,20 ஆம் நூற்றாண்டுகளில் நடைப்பெற்ற ஆரிய திராவிட விவாதத்தை ஆரிய (பிராமண) மேன்மையை நிலைநாட்டும் நோக்கோடு மறுபடியும் துவக்குகிறார்.

மொழியியலின் அடிப்படைக் கோட்பாடுகள், மொழியின் வரலாறு குறித்த அறிவியல், ஆகியவனவற்றைப் பற்றி சற்றும் கவலைப்படாமல் தமிழையும், சமக்கிருத்தையும் கொச்சைப்படுத்துகிறார். தமிழ் சமக்கிருத்தின் கண்ணாடி பிம்பம் என்றும், சமக்கிருதமோ பிராமணர்களின் வைதீக (வேத-உபநிடத) மொழி என்றும் இரண்டு மொழிகளையும் கொச்சைபடுத்துகிறார்.

சாதி ஏற்பாட்டையும், பிராமணிய சனாதான முறைகளையும் புனிதப்படுத்துகிறார். வரலாற்று ஆய்வு என்ற பெயரால் சாதிய சமூகவியலை நியாயப்படுத்துகிறார்.

தமிழர்களுக்கு நாகரீகம், திருமணமுறை, கற்பு, இலக்கிய, இலக்கணம், மொழி முதலியவை அனைத்தும் பிராமணர்கள் மூலமாகவே கிடைக்கப் பெற்றது என்கிறார்.

தமிழைச் செம்மொழியாக ஏற்க முடியாத பிராமணிய மூளையின் குமுறல் நூலெங்கும் வெளிப்படுகிறது. பிராமணியத்தை ஏற்காத அறிவியல் ஆய்வாளர்களை பாதாசாரி யூகப்பேர்வழிகள் என்று சாடும் அளவுக்கு அறிஞர் நாகசாமியின் சினம் கொழுந்துவிட்டு எரிகிறது.

இது தமிழர் மரபின் உயரிய மனித நேய பண்பாட்டையும், வரலாற்றையும் மிக மோசமாக கொச்சைப்படுத்தி நடத்தப்படும் தாக்குதலே ஆகும்.

அவர் அப்படிதான் அவருக்கு ஒரு நிலை கிடையாது. தனது வசதிக்கு ஏற்றப்படி நிலைகளை மாற்றிக் கொள்வார். தமிழை அவர் போற்றியதும், தற்போது இழிவுப்படுத்துவதும் இப்படியானதே என்று சமாதனம் செய்து கொள்ள முடியாது

அறிஞர் இரா.நாகசாமி அவர்கள் முன் வைத்துள்ள புதிய பாதையை முறியடித்தாக வேண்டும். அவர் முன் வைத்துள்ளள பொய்யுரைகள் வீழ்த்தப்பட வேண்டும். தமிழ்மொழியின், தமிழரின் உண்மையான வரலாற்றை நிலை நாட்டுவதற்காக மட்டுமல்ல, அறிவியல் பூர்வமான ஆய்வின் முன்னேற்திற்காகவும் இது செய்யப்பட வேண்டும்.

முனைவர் இரா.நாகசாமி அவர்கள் செய்திருப்பது தமிழுக்கும், தமிழுருக்கும் எதிராக தொடுத்துள்ள தாக்குதல் மட்டுமல்ல. அவர் மொத்தமாகவே வரலாற்றில் அறிவியல் ஆய்வு முறையையே தாக்குகிறார். வேத உபநிடத தரும சாத்திர எல்லைகளுக்கு உட்பட்டே ஆய்வை மேற்கொள்ள வேண்டும் என்ற பழமையின் அகம்பாவம் அவரது வரலாற்று ஆய்வு முறையின் மீது செயல்படுகிறது. வரலாற்று ஆய்வின் அறிவியல் தன்மையான வளர்ச்சிக்கும் மீண்டும் மீண்டும் இப்படியாக நூல்கள் வழியாக தலைகாட்டும் பழமையின் அகம்பாவங்கள் வீழ்த்தப்பட வேண்டியது அவசியமாகும்.

அறிஞர் நாகசாமியின் புதிய பாதை தொல்லியல் ஆய்வு எல்லையும் தாண்டி பிறப்போக்கை புனரமைத்து புனிதப்படுத்துகிறது. சமத்துவம், சமதர்மம், சமூக நீதி, ஜனநாயகம் போன்ற முற்போக்கின் வரலாற்று மரபை நிராகரிக்கிறது.

ஒரு சமுதாயத்தின் வரலாறு அச்சமூகத்தின் உள் இயக்கத்தின் விளைவே என்பதையும், மக்களின் வாழ்கை முறையில் ஏற்படும் போராட்டமே வரலாறு என்பதையும் மறுத்து வேத -உபநிடதங்களில் இருந்தும், பிராமணர்களிடம் இருந்தே தமிழரின் வரலாறு தொடங்குகிறது என்ற கொள்கையை அறிஞர்

நாகசாமி புதிய பாதையாக முன்வைக்கிறார்.

இதன் காரணமாகவே, நமது விவாதம் தொல்லியல் சார்ந்த ஆய்வுகளோடு மொழியியல், மானுடவியல், தத்துவம் ஆகியவற்றையும் ஒருங்கிணைத்த அறிவியல் பூர்வமான ஆய்வு நெறியின் வழிநின்று தமிழகத்தின் வரலாறு குறித்த பல அம்சங்களை ஆராய்கிறது. அதன் மூலம் அறிஞர் நாகசாமியின் புதிய பாதையின் தீமையை மறுத்து தமிழ்ச்சமூகம் குறித்த ஆய்வின் உண்மையான சரியான புதிய பாதை எது என்பதை அடையாளம் காட்ட முனைகிறது.

2. ஆரியம் - தமிழ் மோதல்

அறிஞர் நாகசாமி கீழ்க்கண்டவாறு தனது நூலில் குறிப்பிடுகிறார்.

தமிழ்நாட்டு மக்களின் முன்னேற்றம், மகிழ்ச்சி, வசதி ஆகியவற்றுக்கான சமக்கிருதத்தோடும், பிராகிருதத்தோடும் ஒன்று கலப்பதற்கான (assimilation) பெரும் உற்சாகம் தமிழ்மொழி மற்றும் வாழ்க்கையின் அறியப்பட்ட வரலாறெங்கும் காணப்படுகிறது. இலக்கியம், இலக்கணம், இசை, நடனக் கலை மற்றும் வாழ்வின் எல்லா துறைகளிலும் இது உறுதி செய்யப்பட்டுள்ளது. இப்படி ஒன்று கலந்து விடுவது மொழியின் வளர்ச்சிக்கும், வாழ்க்கைக்கும் எதிரானது என்ற கருத்து எந்த சமயத்திலும் மக்களிடம் நிலவவில்லை. மறுபுறம், அத்தகைய ஒருங்கிணைவு (Synthesis) யாதும் ஊரே யாவரும் கேளிர் என்ற பழந்தமிழ்ப் பாடல் குறிப்பிடும் உலகப் பார்வையை, வளர்ச்சியை எட்ட உதவியது. பழந்தமிழர்களின் உறுதியான நம்பிக்கை இதுதான். (பக்கம் 110)

பழந்தமிழ் என்பது துவக்கத்திலிருந்து பிராகிருதம் - தமிழ் ஆகியவற்றின் கலவைதான் (பக்கம் 103) பிராகிருதம் என்பது சமக்கிருதத்தின் பேச்சு வடிவம் (பக்கம் 61) இதற்கும் மேலே சென்று கி.மு.600 - கி.பி. 200 காலத்தில் வடமொழி

வரிவடிவங்களில் இருந்து வேறுபட்ட திராவிட மொழி வரி வடிவங்கள் நிலவியதற்கான சான்று ஏதுமில்லை (பக்கம் 30-31) என்கிறார் நாகசாமி.

ஆக, சமஸ்கிருதமும், பிராமணர்களும் தான் தமிழின் தோற்றத்துக்கும், பண்பாட்டு வளத்துக்கும் அடிப்படைக் காரணம் என்ற கொள்கையை முன்வைத்து அறிஞர் நாகசாமி அவர்கள் தமது ஆய்வை அவருக்குத் தொடர்பில்லாத மொழியியல், தத்துவம் போன்றவற்றையும் எடுத்துக் கொண்டு தொல்லியலையும், வரலாற்றையும் கொச்சைப்படுத்தி நகர்த்திச் செல்கிறார். இவை குறித்து அடுத்து வரும் பக்கங்களில் ஆராயலாம்.

அறிஞர் நாகசாமியின் ஆய்வுக்குப் பின்னால் ஓர் அரசியல் ஒளிந்து கொண்டிருப்பதை காணாமல் விட்டு விட முடியாது. அது மொழியியல் குறித்து காலனி ஆட்சியாளர்கள் உருவாக்கிய அரசியல். 18-19ஆம் நூற்றாண்டுகளில் அது உருவானது. 20-ஆம் நூற்றாண்டில் அது வளர்ச்சியடைந்தது.

காலனிய ஆட்சியாளர்கள் உருவாக்கிய மொழியியல் அரசியலின் வரலாற்றை அறிஞர் நாகசாமி தொடரவே முற்படுகிறார்.

அந்த வரலாறு 18-ஆம் நூற்றாண்டில் தொடங்கியது.

காலனிய சகாப்த காலனிய ஆட்சியாளர்கள் கீழை நாடுகளின் வளங்களை, வாழ்க்கை முறையை, பண்பாட்டை, மொழியை, மனித வளத்தை முதலில் அறிந்து கொள்வதற்கான தேவை இருந்தது. காலனியச் சந்தையின் உருவாக்கத்துக்கு இது அவசியமானதாக அமைந்தது. இதன் காரணமாக இந்திய வரலாறு பற்றிய விவாதம் 18-19 ஆம் நூற்றாண்டுகளில் ஐரோப்பா முழுவதும் நடைபெற்றது. ஐரோப்பிய பல்கலைக் கழகங்களில் இந்தியவியல் என்ற பாடம் போதிக்கப்பட்டது. கீழை தேயத்து மொழிகள் பற்றிய பாடங்கள் அறிமுகப்படுத்தப்பட்டன. மொழி அடிப்படையில் இனங்கள் பற்றிய (Race) ஆய்வுகள் மேற்கொள்ளப்பட்டன. இத்தகைய இன ஆய்வுகள் ஐரோப்பிய ஆரிய இன அரசியலோடு பிணைக்கப்பட்டு ஆரிய இனவாதக் கோட்பாடு இந்தியாவுக்குள் கொண்டு வரப்பட்டது.

1785-ஆம் ஆண்டு சார்லஸ் வில்கின்ஸ் பகவத்கீதையை ஆங்கிலத்தில் மொழி பெயர்த்து வெளியிட்டார். இது சமக்கிருதம் குறித்த ஐரோப்பிய ஆய்வுகளுக்கு ஊக்க மூட்டியது. சர் வில்லியம் ஜோன்ஸ் 1786- ஆம் ஆண்டு சமக்கிருதம் கிரேக்கத்தை விட சிறப்பான மொழி என அறிவித்தார். இந்த அறிவிப்பைத் தொடர்ந்து லத்தீன், கிரேக்கம், பெர்சியம், சமக்கிருதம் ஆகிய மொழிகள் ஒரே மொழிக் குடும்பத்தைச் சேர்ந்தவை என்ற கொள்கை வளர்க்கப்பட்டது. அது ஆரியர்கள் என்ற ஒரு குடும்பத்தின் கிளையிலிருந்து உருவான மொழிகள் என்றும், அவை இந்தோ ஐரோப்பிய மொழி வகுப்பைச் சேர்ந்தவை என்றும் விளக்கப்பட்டது.

1816- ஆம் ஆண்டு இந்திய மொழிகளை கணக்கெடுத்த வில்லியம் கரே என்பவரே தமிழ், கன்னடம், தெலுங்கு, மொழிகள் சமக்கிருதத்தில் இருந்து தோன்றியவை என்றார். அவரைத் தொடர்ந்து வேதங்களையும், உபநிடதங்களையும் ஐரோப்பாவில் வெளியிட்ட மாக்ஸ் முல்லர் இந்திய வரலாற்றுக்கு ஆரிய இனக் கோட்பாட்டை முன் வைத்தார். மத்திய ஆசியாவில் இருந்த ஆரியர்கள் இருதிசைகளில் பிரிந்து சென்று ஒரு பிரிவினர் இந்தியா வந்தடைந்தனர் என்றார் அவர். இந்து மதம் / இனம் / நாடு / இரத்த உறவுள்ள மக்கள் கூட்டம் என்ற தொடர்பை ஏற்படுத்தியவர் மாக்ஸ் முல்லர்தான். சமக்கிருதம் தான் இந்திய மொழிகள் அனைத்துக்கும் தாய் என்ற கருத்து மாக்ஸ் முல்லரிடமிருந்தே தோன்றியது. ஆரியப் பண்பாடு மற்றெல்லா பண்பாடுகளை விட உயர்ந்தது என்று அவர் எழுதினார்.

இது பண்டைய இந்தியாவில் நிகழ்ந்த சாதனை ஒவ்வொன்றும் ஆரிய பண்பாட்டின் சாதனையே என்று கூறுவதில் போய் முடிந்தது.

1833- ஆம் ஆண்டு கிழக்கிந்தியக் கம்பெனி இந்தியர்களுக்கு, கல்வி அளிப்பதற்கான கொள்கை ஒன்றை வெளியிட்டது. அந்த கொள்கை மீது இரு பிரிவுகள் தோன்றின. ஒரு பிரிவு ஆங்கிலக் கல்வியை முதன்மைப் படுத்தியது. இந்தியர்களை நாகரிக்கப்படுத்த ஆங்கிலக் கல்வி அவசியம் என்றது. இந்த பிரிவினர்களிடமிருந்து காலனிய எதிர்ப்பு தேசியக் கொள்கையும் உருவானது. இவர்கள் மாக்ஸ் முல்லரை உயர்த்திப் பிடித்தனர். சமக்கிருதமே இந்திய மொழிகளின் தாய் எனவும், பிராமணர்களே மேலானவர்கள் எனவும் பேசினர்.

மாக்ஸ் முல்லரின் ஆய்வுகள் இப்படியாக ஆரியப் பெருமித பிராமணிய அரசியலுக்கும் இந்து மதவாத அரசியலுக்கும் இந்தியாவில் வித்திட்டது.

இதனைத் தொடர்ந்து தென்னிந்திய மொழிகள் வடமொழியின் பிரிவுகளே என்ற ஆய்வை எல்லீஸ் ஆராய்ந்தார். அவரைத் தொடர்ந்து திராவிட மொழிகளின் குடும்பம் என்ற கொள்கை வளர்க்கப்பட்டு அவை திராவிட இனம் பற்றியதாக விளக்கப்பட்டது. இந்தியப் பண்பாட்டின் துவக்கமாக ஆரியப் பண்பாட்டைக் கொள்வது என்ற முல்லரின் கொள்கையை அது மறுத்தது. டாக்டர் கால்டுவெல் திராவிட மொழிகளை தனிமொழியினமாகக் காட்டும் மொழிகளின் ஒப்பிலக்கணத்தை வெளியிட்டார் (1856). தனது நூலில் திராவிட மக்கள் ஆரியருக்கு முன் இந்தியாவுக்கு மத்திய ஆசியாவிலிருந்து வந்தவர்கள். இவர்களே திராவிட இனம் என கால்டுவெல் குறிப்பிட்டார். கால்டுவெல்லின் நூலை ஒட்டி தமிழகத்தில் தமிழை மையமாகக் கொண்ட திராவிட மொழியியல் ஒன்று வளர்ந்தது.

ஒருபுறம் சி.வை. தாமோதரம்பிள்ளை, உ.வே.சாமிநாத அய்யர் முதலியோர் 19 -ஆம் நூற்றாண்டின் இறுதி ஆண்டுகளில் பழந்தமிழ் இலக்கிய இலக்கண நூல்களைப் பதிப்பித்து வெளியிட்டனர். 19-ஆம்

நூற்றாண்டு பிற்பகுதியில் பேராசிரியர் சுந்தரம் பிள்ளையின் மனோன்மணியம் (1891) ஆரியம் வழக்கொழிந்த மொழி எனக் குறிப்பிட்டுத் தமிழ்த்தாயைப் போற்றியது. வரலாற்றை எழுதுவதற்கு தொல்லியல் சான்றுகளை எடுத்துக் கொள்ள வேண்டும் என வலியுறுத்தியது பேராசிரியர் சுந்தரம் பிள்ளைதான்.

மறுபுறம், ஜி.யு.போப் போன்றவர்கள் தமிழ் மொழியின் வரலாற்றை சைவ சமயத்தோடு இணைத்தனர். அவரைத் தொடர்ந்து மறைமலை அடிகள், தி. பொன்னம்பலம் பிள்ளை போன்றவர்கள் சமஸ்கிருதத்தை மறுத்து தமிழையும், சைவத்தையும் முதன்மைப்படுத்தி ஆய்வுகளை நடத்தினர். பிராமண எதிர்ப்பு, சமக்கிருத எதிர்ப்புத் தமிழ்ச் சைவம் என ஒன்று கட்டமைக்கப் பட்டது. 1901-ல் பாண்டித்துரை தேவரின் நான்காம் தமிழ்ச் சங்கம் அமைந்தது. செந்தமிழ், செந்தமிழ்ச்செல்வி போன்ற இதழ்கள் தமிழின் மேன்மையைப் போற்றும் ஆய்வுகளை வெளியிட்டன.

இதன் தொடர்ச்சியாகவே சென்னை பல்கலைக் கழகப் பேராசிரியர் சூரிய நாராயண சாஸ்திரியார் (பரிதிமாற் கலைஞர்) தமிழ் மொழி வரலாறு என்ற மொழியியல் பாடநூல் ஒன்றை எழுதினார்.

வடமொழி, இலத்தீன், கிரீக் முதலியவை போலத் தமிழ் மொழியும் உயர்தனிச் செம்மொழி (பக்கம் 141) என்றார் பரிதிமாற் கலைஞர். அவர் குமரி நாடு என்ற பிரதேசத்தை தமிழ்நாடு என அறிவித்தார். கைபர் கணவாய் வழியாக வந்த ஆரியரே இந்தியாவெங்கும் இருந்தவர்களை துரத்தி விட்டனர் என்பது அவரது கொள்கை. நவீன காலத்தில் தமிழர்கள் ஆங்கிலத்தைக் கற்று மேன்மை அடையவேண்டும் என்றார் அவர்.

தமிழகத்தில் உருவாகி வந்த மொழி அரசியலுக்கு அவரின் நூல் பெரும் பங்காற்றியது எனலாம்.

1920-30 களின் மொஹஞ்சதாரோ, ஹரப்பா தொல்லியல் அகழ்வாய்வுகள் ஆரிய-திராவிட விவாதத்தை புதிய மட்டத்துக்கு உயர்த்தியது. அந்த பண்டைய நகர நாகரிகங்கள் ஆரியருக்கு முந்தைய திராவிடர்களின் நாகரிகங்கள் என்ற ஆய்வுகள் பெருகின. ஆரியர்களின் படையெடுப்பால் அந்த நாகரிகங்கள் அழிந்தன என குறிப்பிடப்பட்டது. இந்திய வரலாற்றுக்கு ஆரியர்களே துவக்கம் என்ற கொள்கையை இது மறுத்தது.

ஆரியர்களின் வருகைக்கு முந்தைய இந்தியாவே பொற்கால இந்தியா, ஆரியர்கள் வருகைக்குப் பிறகே ஆதி சூத்திரர்களின் அடிமைத்தனம் உருவாகியது என்று மகாராஷ்டிரத்தில் மகாத்மா பூலே எழுதினார். சமக்கிருத எதிர்ப்பும், பிராமண எதிர்ப்பும் சாதி ஒழிப்புக்கான கொள்கையாக அவர் மூலம் உருவானது. தமிழகத்தில் தமிழ்மொழியின் தொன்மை குறித்த பெருமிதம் சாதிய சமூக ஏற்றத்தாழ்வுக்கு எதிரான அரசியலுக்கு உரமூட்டியது. தேசிய அரசியலில் தயானந்த சரஸ்வதி, திலகர் போன்றவர்கள் ஆரிய மென்மையைப் போற்றினர். மாக்ஸ் முல்லரின் மொழியியல் கொள்கைகளை

28 | தமிழும் சமக்கிருதமும்

தேசிய அரசியலுக்குள் கொண்டு வந்தனர்.

தமிழகத்தில் 20-ஆம் நூற்றாண்டின் ஆரம்ப ஆண்டுகளில் பிராமண சமக்கிருத எதிர்ப்பு, வருணாசிரம் எதிர்ப்பு அரசியல் வளர்ச்சியடைந்தது. இதனைத் தொடர்ந்தே சமத்துவம், பகுத்தறிவு சார்ந்த தமிழ்மொழி பற்றிய பண்பாட்டு அரசியல் ஒன்றும் உருவானது. குறள், சிலப்பதிகாரம், தொல்காப்பியம், சங்க இலக்கியங்கள் போன்றவற்றில் காணப்பட்ட முற்போக்கான மனித நேயக் கருத்துக்கள் தமிழரின் மேன்மையாகப் போற்றப்பட்டது. இத்தகைய சமூக அரசியல் உள்ளடக்கத்தில் தமிழ்மொழி குறித்த மொழியியல் சமக்கிருத, ஆரிய (பிராமணிய) எதிர்ப்போடு மட்டும் நிற்கவில்லை. தமிழ் மொழியின் செம்மொழித் தகுதி அடையாளம் காணப் பட்டது. தொல்லியல் கண்டுபிடிப்புகள் வழியாக தமிழ்ச் சமூகத்தின் வரலாறு புதிய விளக்கங்களுக்கு ஆட்பட்டது. சாதி மறுப்பும், இறை மறுப்பும், பொது மைக் கொள்கைகளும் தமிழ் மொழி வழியிலான தமிழர் மேன்மைகளாகப் போற்றப்பட்டன. தந்தை பெரியாரின், சுயமரியாதை இயக்கம் தமிழ் இனத்தின் சுயமரியாதை பற்றிய இயக்கமாக வளர்ச்சி அடைந்தது. மகாகவி பாரதியார், சிங்காரவேலர் போன்றவர்கள் தமிழை வைதீகச்சிமிழில் இருந்து விடுவித்து தமிழுக்கு புதிய முற்போக்குத் தன்மையிலான கருத்தியல் உள்ளடக்கத்தை வழங்கினர். 20-ஆம் நூற்றாண்டில் ஆரம்ப ஆண்டுகளில் மக்கள் வகைப்பட்ட புதிய தமிழ் ஒன்று உருவானது.

மொழியியல் குறித்த அறிவியல் பூர்வமான ஆய்வுகள் பின்னுக்குத் தள்ளப்பட்டு, சமக்கிருதம் தான் இந்திய மொழிகளின் தாய்மொழி என்று மாக்ஸ் முல்லர் போன்றவர்கள் குறிப்பிட்டதற்குப் போட்டியாக தமிழ்தான் முதல் மொழி எனவும் சிறந்தன அனைத்தும் தமிழிலிருந்து தோன்றியன எனவும், மொழியியல் கொள்கைகளும் வகுக்கப்பட்டன. இத்தகைய இனவாத உணர்ச்சி நிலையிலான மொழியியல், சமக்கிருதமே மூலம் முதல் மொழி என்ற மொழியியலுக்கான போட்டி மொழியியலே ஆகும். இவை இரண்டுமே அறிவியல் மொழியியலுக்கு எதிரானவை ஆகும்.

எந்த மொழியும் வேறு ஒரு மொழியிலிருந்து உருவாகி விடுவதில்லை. ஒவ்வொரு மொழியும் அது பேசப்படும் சமூகத்தின் விளைவே ஆகும். சமூக வளர்ச்சியின் போக்கோடு தன்னை தகவமைத்துக் கொண்டு சமூகத்தின் வரலாற்று வளர்ச்சியோடு தன்னை வளர்த்துக் கொள்வதே மொழி. இது சமூகத்தின் உள் இயக்கத்தின் விளைவே ஆகும். மனித சிந்தனை மற்றும் உணர்வின் வடிவம் என்ற வகையில் வரலாற்றுப் பூர்வமான சமூக வாழ்க்கை மாற்றங்களை மொழி பிரதிபலிக்கிறது.

எனவே, தமிழுக்கு தனித்தகுதி இல்லை எனவும், தமிழை உருவாக்கியதும், தமிழரின் பண்பாட்டை உருவாக்கியதும் சமக்கிருதமும், வேதம் சார்ந்த பிராமணர்களுமே என்ற அறிஞர் நாகசாமியின் மொழியியல் கொள்கை படு பிற்போக்கானதாக உள்ளது.

தொல்லியல் ஆய்வுகளில் வெளிப்படும் புதிய உண்மைகள் தமிழின் வளமான பண்பாட்டுத் தொன்மையை கி.மு. 500-க்கு முன் கொண்டு செல்வதையோ, தமிழ்மொழி செம்மொழித் தகுதி பெற்று வளர்ச்சியடைவதையோ அவரால் ஏற்க முடியவில்லை. தமிழுக்கு செம்மொழித் தகுதி சமக்கிருதத்தால் தான் வந்தது என்கிறார்.

காலனிய ஆட்சியாளர்கள் உருவாக்கிய ஆரிய மேன்மை பற்றிய சமக்கிருத பிராமணிய மொழியியல் ஒன்றை கையிலெடுத்துக் கொண்டு தமிழ்மொழி மற்றும் பண்பாட்டை சமக்கிருதம் அளித்த கொடை என்கிறார். தமிழர்களுக்கு எழுத்து வரி வடிவம் கூட பிராமணர்கள் தயாரித்து கொடுத்ததே என்கிறார். பிராமி எழுத்தைப் பிராமணர்கள் கண்டுபிடித்ததால் பிராமி என அழைக்கப்பட்டது என்ற பிள்ளைக் கற்பனையை அவிழ்த்து விடுகிறார். தொல்காப்பியம், சங்க இலக்கியம் உட்பட எல்லாமே தரும் சாத்திரங்கள், வேதங்கள், நாட்டிய சாத்திரம் போன்றவற்றிலிருந்து பெறப்பட்டது என்கிறார். சமக்கிருதமே தமிழை உருவாக்கியது. அந்த சமக்கிருதம் பிராமணர்களின் மொழி என்று கூறி சமக்கிருதத்தையே தமிழுக்குத் தாய்மொழியாகக் கொள்ளச் சொல்கிறார். இதன் மூலம் தமிழ்மொழியின் வரலாற்றைச் சிறுமைப்படுத்துகிறார். அதோடு சமக்கிருதத்தின் வரலாற்றையும் கொச்சைப் படுத்துகிறார்.

மொழியியல் அடிப்படைகளைப் பற்றி கவலைப்படாமல் சமக்கிருதமே எல்லாம் என்கிறார்.

3. மொழி அரசியலும், மொழியியலும்

மொழி அரசியலுக்கு ஒரு நீண்ட வரலாறு உண்டு. எது முதல் மொழி? எது பிற மொழிகளின் தாய்மொழியாகவும் விளங்குவது? என்பது போன்ற கேள்விகள் 17-ம் நூற்றாண்டிலிருந்து கேட்கப்பட்டன. அதற்கு முன் கி.மு. 5-ம் நூற்றாண்டில் எகிப்து மன்னர் சாமிதீசஸ் என்பவர் இரண்டு குழந்தைகளைப் பிரித்து வைத்து அவை பேசும் மொழியில் மூத்தது எது என்பதை கண்டறிவதற்காக முயன்றார் என்று கிரேக்க வரலாற்று அறிஞர் ஹிரோடாடஸ் குறிப்பிடுகிறார். அதே காலத்தில் மொழியின் தோற்றம் குறித்து வேறுபட்ட கொள்கைகளை பிளாட்டோ, எபிதரிரஸ் போன்றவர்கள் முன் வைத்தனர்.

ஆனால், மனித குலத்தின் அசல் மொழி எது என்ற விவாதம் 17-ஆம் நூற்றாண்டில் தான் துவங்கியது. பழைய ஏற்பாடு பைபிளை அடிப்படையாகக் கொண்டு ஹீப்ரு தான் முதல்மொழி என்று ஒரு விளக்கம் தரப்பட்டது. அதனைத் தொடர்ந்து சீனம், டச்சு போன்ற மொழிகளும் உலகின் முதல் மொழியாக காட்டப்பட்டன. இயல்பாகவே கிரேக்கம், எத்தின், பெர்சிய மொழிகளும் இவ்வாறு விளக்கப்பட்டன.

18-ஆம் நூற்றாண்டில் ஐரோப்பாவில் ஏற்பட்ட தொழிற்புரட்சி இரண்டு விளைவுகளை ஏற்படுத்தியது.

1) முதலாளித்துவச் சந்தையை ஒன்றுபடுத்தும் தேசங்களை உருவாக்கியது.

2) ஐரோப்பிய முதலாளித்துவ வளர்ச்சிக்குத் தேவையான காலனிகள் உலகெங்கும் ஐரோப்பிய நாடுகளால் வசப்படுத்தப்பட்டது.

இந்த இரண்டுமே மொழி அரசியல் ஒன்றை வளர்த்தது. அந்த மொழி அரசியலுக்கு உகந்த மொழியியல் ஒன்றும் வளர்க்கப்பட்டது.

18-ஆம் நூற்றாண்டில் ஐரோப்பிய மொழிகளிலேயே மேலான வளர்ச்சியடைந்த மொழி - அறிவுக்கான மொழி பிரெஞ்சு மொழி தான் என்ற கொள்கை வளர்க்கப்பட்டது. அதனைத் தொடர்ந்து ஜெர்மானிய மொழி அத்தகைய அந்தஸ்தைக் கோரியது. அந்த நாடுகளின் பண்பாடு மொழியோடு இணைக்கப்பட்டு மொழி அரசியலை மேம்படுத்தியது. ஐரோப்பிய மறுமலர்ச்சி காலத்தில் லத்தீன், கிரேக்கம் ஆகிய மொழிகள் கற்பது பெருமிதமாகக் சுருதப்பட்டது போலவே 17, 18-ஆம் நூற்றாண்டு களில் பிரெஞ்சு, ஜெர்மானிய மொழிகளைக் கற்பதும், பேசுவதும் பெருமிதமாகக் கருதப்பட்டது. இங்கிலாந்தில் அப்போதைய உயர்குடிகள், தமது தாய்மொழியான ஆங்கிலம் பேசுவதை வெறுத்தனர். பிரெஞ்சு, ஸ்பானிய, ஜெர்மானிய மொழிகளைப் பேசுவதையே பெருமையாகக் கருதினர்.

காலனியத்தின் வளர்ச்சியால் ஐரோப்பியர்களுக்கு ஆசிய, ஆப்பிரிக்க, லத்தீன் அமெரிக்க நாடுகளில் இருந்த பல மொழிகளின் அறிமுகம் கிடைத்தது. அந்த மொழிகளோடு தொடர்பு கொண்டு தமது சந்தையை விரிவுப்படுத்த வேண்டிய அவசியமும் அவர்களுக்கு இருந்தது. இதனை ஒட்டியே ஐரோப்பிய பல்கலைக் கழகங்களில் மொழியியல் துறைகளும் துவக்கப் பட்டன.

சொற்களையும், இலக்கணங்களையும் ஒப்பிட்டு ஆராயும் மொழியியல் அந்த பல்கலைக்கழகங்களில் வளர்க்கப்பட்டது. இதன் மூலம் ஒப்பீட்டு மொழியியல் ஒன்று வளர்க்கப்பட்டது. இவை மக்களின் வாய்மொழி மொழியை ஏற்கவில்லை. இலக்கிய மொழியையே ஏற்று மொழியியலை வளர்த்தனர். இப்படி சொற்களையும், இலக்கணங்களையும் ஒப்பிடுவதன் வழியாக மொழி மாதிரிகள் அல்லது மொழிக்குடும்பம் என்ற முடிவு பெறப்பட்டது. இப்படித்தான் இந்தோ-ஐரோப்பிய மொழிக்குடும்பம் என்ற கருதுகோள் வளர்க்கப்பட்டது. இந்தோ-ஐரோப்பிய மொழிகள் அனைத்தும் சில அடிப்படையான பொது மொழியியல் கூறுகளைக் கொண்டிருப்பதாகச் சொல்லப்பட்டது. இந்தோ-ஐரோப்பிய மொழிகளில் காணப்படும் சில சொற்களை அனைத்து இந்தோ - ஐரோப்பிய மொழிகளிலும் உள்ளதைக் கண்டறிந்து இவை ஒரு மொழியிலிருந்து பிரிந்தவை என்ற கருதுகோள் முன் வைக்கப்பட்டது.

இந்தோ - ஐரோப்பிய மொழிகள் கீழ்க்கண்ட கிளைகளாக பிரிக்கப் பட்டன.

1. இந்தோ - இரானிய மொழிகள் (இதில் சமக்கிருதம் வரும்)
2. இரானிய மொழிகள்
3. பால்டிக்மொழிகள்
4. ஸ்லாவ் மொழிகள்
5. ஜெர்மானிய மொழிகள்
6. இத்தாலிய - செல்டிக் மொழிகள்
7. கிரேக்கம்
8. ஆர்மீனியன்
9. அல்பேனியன்

இந்தோ-ஐரோப்பிய மொழிகள் அனைத்துக்குமான தாய்மொழி எதுவாக இருக்க முடியும்? அது எப்படி பிற மொழிகளை உருவாக்கி இருக்க முடியும்? என்பது போன்ற கேள்விகள் தேசியப் பெருமிதம் சார்ந்த அரசியல் தன்மையைக் கொண்டிருந்தது. இதிலிருந்தே மொழியை இனம் பற்றியதாக அடையாளம் காண விழைந்தனர்.

இனம் என்பது தலை வடிவம், தோலின் நிறம், மூக்கு, நெற்றி முதலிய உருவ அமைப்பு, தலை மயிரின் தன்மை போன்றவற்றின் அடிப்படையில் காலனிய மானுடவியலாளரால் விளக்கப்பட்டதை ஐரோப்பிய மொழியியல் ஏற்றுக் கொண்டது. இனம் அடிப்படையில் இந்தோ-ஐரோப்பிய மொழிகளை ஆரிய மொழிகள் என்று அழைக்கும் வழக்கம் 20-ஆம் நூற்றாண்டிலும் தொடர்ந்தது. இது ஆங்கிலேயர்கள் அதிகாரம் பரவிய நாடுகளில் மொழி அரசியலாக வலுவாக முன் வைக்கப்பட்டது. ஆரியர்கள் பிறரை விட மேலானவர்கள், உயர்ந்தவர்கள் என்ற கருத்தும் வளர்க்கப்பட்டது. இந்த ஆரிய மேன்மையை ஏற்றுக்கொண்ட ஜெர்மானிய நாசிக்கள் பிறமொழி பேசுகிறவர்களை அழிக்கும் கொடூர நடவடிக்கையில் ஈடுபட்டனர். இரண்டாம் உலகப்போருக்கு பின் இனம் அடிப்படையிலான இனவாதம் மறுக்கப்பட்டது. ஒரு மொழியை தாய்மொழியாகக் கொண்ட மக்கள் கூட்டம் என்று இனம் புரிந்து கொள்ளப்பட்டது.

இந்தோ - ஐரோப்பிய மொழிகளில் எது முதல் மொழி என்ற பிரச்சனையில் ஒவ்வொரு மொழியும் தமது மொழியே முதல் மொழி எனக் கோரி வருகின்றன. ஹிட்லரின் ஜெர்மனி, ஜெர்மனிய மொழியே என்றது, ரஷ்யர்கள் ஸ்லாவ் மொழியை முன் வைத்தனர். சோவியத் யூனியனின் வீழ்ச்சிக்குப் பின்னர் லிதுவேனிய மொழியே அனைத்து இந்தோ - ஐரோப்பிய மொழிகளுக்கும் தாய்மொழி என்பதை நிரூபிப்பதற்கான மொழியியல் வளர்க்கப்படுகிறது.

இந்த வரலாற்றுப் பின்னணியில் 1792-ஆம் ஆண்டு சர். வில்லியம் ஜோன்ஸ் 1808-ஆம் ஆண்டு பிரெடெரிக் ஷகால் ஆகியோர் சமக்கிருதத்தை இந்தோ - ஐரோப்பிய மொழிகளின் தாய்மொழியாக அறியக்கூடிய அரசியலை முன் வைத்தனர். 1856-ஆம் ஆண்டு ஆரிய மொழி என்ற கருத்தமைவை முன் வைத்தார்?

இந்தியாவில் சமக்கிருதமே ஆரியமொழி என விளக்கப்பட்டது. அதிலிருந்தே இந்திய மொழிகள் அனைத்து உருவானதாகவும் விளக்கப் பட்டது. இதனை மறுத்தே எல்லீஸ் பாதிரியாரும், கால்டுவெல்லும் திராவிட மொழிக்குடும்பம் என்ற கருதுகோளை முன்வைத்தனர். சமக்கிருதத்தோடு எந்த வகையிலும் தொடர்பில்லாமலேயே வளர்ச்சியடைந்த மொழியாக தமிழ் முன்வைக்கப்பட்டது.

சமக்கிருத மொழியியல் குறிப்பிடும் ஆரிய என்ற சொல் வரலாற்றில் எங்கும் இனம் அடிப்படையிலான பொருளைக் கொண்டிருக்கவில்லை. இது இன, மொழி அரசியலாகப் பயன்படுத்தப்பட்டது ஆரிய சமாஜம் தொடங்கியதே ஆகும. ஆரியர்கள் வேதங்களை உருவாக்கியவர்கள், அவர்களே உயர்சாதியினர். வேதகாலத்துக்குத் திரும்புவோம் என்றது ஆரிய சமாஜம். அது தொடங்கியே சமக்கிருதத்தின் வரலாறும் புதிய ஆரிய இன அரசியல் நலனுக்கும் ஏற்ப எழுதப்பட்டது.

அதன் எதிர்வினையாக திராவிட மொழியியலின் அரசியலும் வளர்க்கப்பட்டது. கன்னடம், தெலுங்கு மலையாளம் போன்ற மொழிகளின் தாயாக தமிழ் அறிவிக்கப்பட்டது. தமிழிலிருந்து அனைத்து திராவிட மொழிகளும் பிரிந்து சென்றன என்றும் தமிழ்மொழி உலகின் அனைத்து மொழிகளுக்கும் தொன்மையானது என்றும் மொழியியல் ஆய்வுகள் வெளிவந்தன.

சமக்கிருதம் கடவுள்களின் மொழி என்று போற்றப்பட்டதைப் போல தமிழும் அன்னைத்தமிழ் என போற்றப்பட்டது. இந்த இரண்டு மொழியியலுக்கும் ஆதரவாகத் தொல்லியல் கண்டுபிடிப்புகளைப் பயன்படுத்தும் போக்கும் வளர்ந்தது. இந்த போட்டி மொழி அரசியலில் இருந்து தொல்லியல் இன்னமும் முழுமையாக விடுபடவில்லை.

மொழியின் மூலமாக ஒரு பண்பாட்டை - சமூக முறையை வாழ்க்கை முறையை நியாயப்படுத்தும், பிறமொழி பண்பாட்டின் மீது ஆதிக்கம் செலுத்தும் அரசியலை துவக்கி வைத்தது சமக்கிருத மொழியியலே ஆகும். அது வேத - உபநிடத மேன்மையோடும், சாதி அமைப்பின் இருப்போடும் தன்னை அடையாளப்படுத்திக் கொண்டது. தமிழ் போன்ற தனிச்சி றப்பான மொழிப் பண்பாடுகளில் காணப்படும் பண்பாட்டு மேன்மைகள் யாவும் சமக்கிருதத்திலிருந்தே சமத்கிருதத்தின் சொந்தக் காரர்களான பிராமணர்களிடமிருந்தே பெறப்பட்டது என்பது போன்ற புரட்டுகளை

அது முன் வைத்தது. யாதும் ஊரே யாவரும் கேளீர் என்ற தமிழர் கொள்கை சமக்கிருதத்திலிருந்தே பெறப்பட்டது என்று அறிஞர் நாகசாமி குறிப்பிடுவது இதனடிப்படையிலேயே ஆகும். பிறப்பொக்கும் எல்லா உயிர்க்கும் என்ற தமிழர் கொள்கை சமக்கிருதத்திலிருந்து தமிழ் பெற்றதாக அவர் சொல்ல முடியாது. ஏனெனில் அவர் நம்பும் சமக்கிருதம் சாதிய ஏற்பாட்டை வலுப்படுத்தும் சனாதன சமக்கிருதம் மனிதர் யாவரும் சமம் என்பதை ஏற்பதில்லை.

இன்று காலனிய கால மொழியியல் மறைந்து விட்டது. பாசிசத்தின் ஆரிய மேன்மை பற்றிய மொழியியல் ஏற்கப்படவில்லை. விடுதலை பெற்ற நாடுகள் மொழி அடிப்படையில் ஒன்றுபட்டு செயல்படுவதற்கான ஜனநாயகப் பூர்வமான மொழியியல்கள் வளர்க்கப்படுகின்றன. இன்றைய உலகமயச் சூழலில் தேசிய / இன அடையாளங்களைத் தாண்டி, உலகச் சந்தையை மையமாகக் கொண்ட முதலாளித்துவ மொழியியல் ஒன்று வளர்க்கப்படுகிறது. இதில் ஆங்கிலம் முதன்மையான இடத்தைப் பெற்று அதுவே உயர்குடிகளின் பிழைப்பு மொழியாக, அறிவு மொழியாகப் போற்றப்படுகிறது. பல தாய் மொழிகளின் மீதான உண்மையான தாக்குதல் தொடங்கப்பட்டுள்ளது.

ஒரு புறம் சமூக அரசியல் பிரச்சனைகள் மொழி வழியிலான அரசியல் கிளர்ச்சிகளாக வெடித்து வருகின்றன. ருஷ்ய மொழிக்கு எதிரான ருஷ்ய வல்லரசு சோவியத் நாட்டு மக்களின் கிளர்ச்சி, செர்பியக் கிளர்ச்சி, போர்ச்சுக்கீசுக்கு எதிரான கிழக்கு தைமூர் கிளர்ச்சி, ஆங்கில ஆதிக்கத்துக்கு எதிரான கியூபெக் கிளர்ச்சி, சிங்கள இன வாதத்துக்கு எதிரான இலங்கைத் தமிழர் கிளர்ச்சி ஆகியவற்றை இங்கு குறிப்பிடலாம். இவை உலக மயத்துக்கு முந்தைய சமூக ஏற்பாடுகள் பற்றியது.

மறுபுறம், உலகமயம் ஏற்படுத்திய உலகு தழுவிய அறிவு ஒருமைப்பாடு பற்றிய மொழியியலின் வளர்ச்சி. இது உலக மயத்தோடு இணையாத எந்த மொழியையும் அழித்து வருகிறது. பல ஆப்பிரிக்க - ஆசிய மொழிகளும், பழங்குடி மொழிகளும் இதன் காரணமாக அழித்தொழிக்கப்படும் நிகழ்வுப் போக்கு நடைபெற்று வருகிறது. அதே சமயத்தில், பல தேசிய மொழிகளின் கட்டமைப்பும், உள்ளடக்கமும் பெரும் மாற்றங்களுக்கு உள்ளாகி வருகிறது. அவை அறிவியல் யுகத்தின் நடைமுறை பயன்பாட்டு மொழியாக மாற்றப்பட்டு வருகின்றன. அதற்குரிய மொழியியல் கொள்கை களும் இன்று வளர்க்கப்பட்டு வருகின்றன. காலனிய காலத்து ஒப்பீட்டு மொழியியல் இன்று சமூக உயர் மொழியியல், வளர் மொழியியல் என பற்பல மொழியியல்களாக வளர்ந்து விட்டது. இவை மொழியின் தோற்றம், வரலாறு, கட்டமைப்பு ஆகியவை பற்றிய கூடுதலான அறிவியல் விளக்கங்களை வழங்கி வருகின்றன.

எந்த மொழியும் வேறு எந்த மொழிக்கும் தாய்மொழியாக இருக்க முடியாது.

எந்த மொழியும் அந்த மொழி பேசும் மக்களின் சொந்த வாழ்வின் வளர்ச்சியின் - பண்பாட்டின் விளைவு தான். எந்த மொழியும் அறிவியல் யுகத்தில் ஜனநாயகத் தன்மையைப் பெற்றதாக வேண்டும். பிற மொழிகளுடனான தொடர்பு ஒரு மொழியின் இயல்பை அழித்து விட அனுமதிக்கக் கூடாது. அதே சமயத்தில் தனித்தன்மையைப் பாதுகாப்பது என்ற பெயரால் மொழியின் தூய்மையை பாதுகாப்பது என்ற பெயரால் மொழி எதுவும் தனிமைப்பட்டு தனது இருப்பு நிலையை யே இழந்து விடக்கூடாது போன்ற புதிய மொழியியல் வளர்க்கப்பட்டு வருகிறது.

இந்த புதிய மொழியியல் பழைய மொழி அரசியலை ஏற்பதில்லை. பழைய மொழி அரசியல் ஏதாவது ஒரு வகையில் உலகமய சகாப்தத்தின் மொழியியலுக்கு ஒவ்வாத உயர்குடி சிலரின் கருவியாகவே மாறிவிடுகிறது. மொழியும், மொழிப்பற்றும் ஒரு வகை அடையாளத்தை வளர்க்கும் அரசியல் கருவிகளே ஆகும். மொழி சமூக அமைப்புக்கும், தகவல் தொடர்புக்குமான பண்பாட்டு உறவை வெளிப்படுத்துகிறது. உலகமயச்சூழலில் இது புதிய உள்ளடக்கத்தைப் பெறுகிறது. மொழிகளின் அன்றாடப் பயன்பாட்டில் மொழிகளின் உயிர்ப்பியக்கம் ஒன்று உருவாகி வருகிறது. அதற்குரிய மொழி வரலாறும், மொழியியலும் காலம் தோறும் கட்டமைக்கப்படுவது அவசியமானதாகும்.

காலனியமும், அது ஏற்படுத்திய மொழியியலும் உருவாக்கிய மொழி அரசியல் வழியிலான வரலாறு சொல்லும் முறை காலம் கடந்தது மட்டுமல்ல, பிற்போக்கானதும், ஆதிக்கத்தன்மை கொண்டதும் ஆகும்.

இதையே அறிஞர் நாகசாமி இன்று தனது நூல் மூலம் செய்துள்ளார். உலகமயம் ஏற்படுத்தியுள்ள முற்றிலும் புதிய சூழலில் அவரது முயற்சி எந்த பலனையும் தரப் போவதில்லை. மத அடிப்படைவாத பிற்போக்காளர்களுக்கு அது ஒரு வேளை பயன்படலாம்.

> சமக்கிருதத்தை மறுக்கும் போக்கில் சமக்கிருதம் வழியாக சொல்லப்படும் வருணாசிரம கருத்தியலை 20- ஆம் நூற்றாண்டில் தமிழ் அறிஞர்கள் மறுத்தனர். நல்ல தமிழில் எழுதவும், பேசவும், ஆன முயற்சியைப் பாரதி போன்ற சாதி எதிர்ப்பாளர்கள் தொடங்கினர். தூய தமிழ் என்ற கொள்கை மறைமலையடிகள் போன்ற சைவர்களிடம் இருந்து பெறப்பட்டது. தமிழ் சைவத்துக்குரியதாக விளக்கப்பட்டது. தந்தை பெரியார் தலைமையிலான சுயமரியாதை இயக்கம் சாதி - சமய எதிர்ப்பின் அடிப்படையில் சங்க இலக்கியங்களின் துணை கொண்டு சாதியற்ற பகுத்தறிவுப் பூர்வமான தமிழன் - தமிழ்

என்ற கருத்தியலை முன்வைத்து வெகுஜன இயக்கமாகவே நடத்தியது. சிங்காரவேலர் - ஜீவானந்தம் போன்ற பொதுவுடமை இயக்கத்தவர் தமிழ்மொழியின் வளம் மக்கள் சார்ந்தது என விளக்கினர். பேராசிரியர் நா.வானமாமலை, கைலாசபதி, சிவத்தம்பி போன்றவர்கள் தமிழ் மரபில் பொதுவுடமைப் பண்புகளைக் கண்டறிய முற்பட்டதோடு தொல்லியல் கண்டுபிடிப்புகளுக்கு வரலாற்றியல் பொருள் முதல் வாதத்தின் அடிப்படையில் புதிய விளக்கமும் அளித்தனர்.

மேற்கண்ட நான்கு வகையான கருத்தியல்கள் தமிழை மறுகட்டமைப்பு செய்தது. இவற்றுக்குள் வேறுபாடுகளும், முரண்பாடுகளும் இருப்பினும் இவை அனைத்தும் சாதிய தருமத்தின் அடிப்படையிலான பிராமணிய சமக்கிருத மேன்மையை ஏற்கவில்லை.

தமிழின் வரலாறு குறித்த கண்ணோட்டம் இங்கு இனவாத அரசியலின் அடாவடித்தனத்தால் அறிவியல் தன்மையைப் பெறுவதில் இன்னமும் சிக்கல்கள் உள்ளன. அறிவியல் தன்மையுடைய மொழியாக தமிழ் வளர்ந்த மொழியியல் வரலாற்றை உருவாக்காமல் உலகமயச் சூழலில் தமிழின் இருப்புநிலையை - இதன் வளமான உயிர்ப்பு நிலையைப் பாதுகாக்க முடியாது. அதற்கான முயற்சிகள் உருவாகி வரும் தருணத்தில் அறிஞர் நாகசாமி வரலாற்றுச் சக்கரத்தை பின்னுக்கு இழுக்கிறார். அவரது முயற்சி இனவாத வழியில் அல்லாது அறிவியல் வழியில் முறியடிக்கப்பட வேண்டும்.

அறிஞர் நாகசாமி தமிழை மட்டுமல்ல, சமக்கிருதத்தையும் தவறாகச் சித்தரிக்கிறார். சமக்கிருதத்தின் வரலாற்றை பிராமணியத்தின் வரலாறாக திரித்துக் கூறுகிறார். முதலில் இது தெளிவுபடுத்தப் படவேண்டும்.

௪. சமக்கிருதமும், பிராகிருதமும்

பிராகிருதம் என்பது சமக்கிருதத்தின் பேச்சுமொழி தான் என்று அறிஞர் நாகசாமி தமது நூலில் பல இடங்களில் குறிப்பிடுகிறார். துவக்கத்திலிருந்தே பழந்தமிழ் என்பது பிராகிருதம், தமிழ் ஆகியவற்றின் கலவை தான் (பக்கம் 103) என்கிறார் நாகசாமி.

ஆக, ஒரு வகையில் பழந்தமிழும் சமக்கிருதத்தின் விளைவே என்பது நாகசாமியின் கூற்று. சமக்கிருதமோ வேத, உபநிடதங்களின், அவற்றுக்கு உடமையாளர்களான பிராமணர்களின் மொழி என்கிறார் நாகசாமி. இத்தகைய சமக்கிருதத்தால் தான் தமிழ் செம்மொழித் தன்மையைப் பெற்றது என்பது அறிஞர் நாகசாமியின் வாதம்.

மொழியின் வரலாறு குறித்த மிகப்பெரிய பொய்யுரை இது. எந்த ஒரு மொழியும் அந்த மொழி பேசப்படும் சமூகத்தின் இயக்கத்தை அடிப்படையாகக் கொண்டதே ஆகும். சமூக நிலைமைகளும், செயல்பாடும் கணக்கில் கொள்ளப்படாமல் மொழியின் வரலாற்றை எழுத முடியாது.

சமூகத்தின் வரலாற்று வளர்ச்சியை கணக்கில் எடுத்துக் கொள்ளாமல் தமிழ், பிராகிருதம், சமக்கிருதம் ஆகிய மொழிகளின் வரலாற்றையே கொச்சைப்படுத்துகிறார் நாகசாமி.

முதலில் சமக்கிருதம் பற்றிய அவரது கருத்துக்களைப் பரிசீலிப்போம். சமக்கிருதம் கடவுள்களின் மொழி என்ற வைதீக நம்பிக்கையை அவர் பின்பற்றி வேத, உபநிடதங்களின் மொழியாகவே சமக்கிருதத்தை அவர்

பார்க்கிறார். சமக்கிருதம் சமயம் சார்ந்ததாகவே அவர் மூலம் முன் வைக்கப்படுகிறது. சமக்கிருதம் இந்து சமயம் சார்ந்ததாகவே புரிந்து கொள்ளப்படுகிறது.

சமக்கிருதத்தின் வரலாறு இந்த இரண்டையும் உண்மையற்றது என்கிறது. சமக்கிருதத்தில் இயற்றப்பட்ட மொத்த நூல்களில் சமயம் சார்ந்தது ஐந்து சதவீதத்துக்கும் மேல் இல்லை. அவையும் பௌத்தம், சமணம், இந்து சமயம் ஆகிய சமயங்களில் இலக்கியங்களாகவே உள்ளன. 95 சதவீதமான சமக்கிருத இலக்கியங்கள் அறிவியல், சட்டம், தத்துவம், இலக்கணம் போன்றவை குறித்தவையாகும்.

சமக்கிருதம் என்றுமே மக்களின் பேச்சு மொழியாக இருந்ததில்லை. 19 ஆம் நூற்றாண்டின் இறுதியில் வெளியிடப்பட்ட மொழிகளின் ஆய்வில் இந்தியாவில் 179 மொழிகளும், 544 பேச்சு மொழிகளும் மக்களிடையே வழக்கத்தில் இருந்தாக குறிப்பிப்படுகிறது. இதில் சமக்கிருதம் இடம் பெறவில்லை. இந்தியாவில் கர்நாடக மாநிலத்தில் சிமோகா மாவட்டத்தில் இரண்டு குக்கிராமங்களில் புதுக்கோட்டையிலிருந்து குடிபெயர்ந்த சில பிராமண குடும்பங்கள் மட்டும் சமக்கிருதம் பேசுவதாக அறியப்படுகிறது. அவர்கள் பேசுவதும் தமிழ், கன்னடம் சமக்கிருதம் கலந்த ஒரு வகை கலப்பு சமக்கிருதமே. சமக்கிருத மொழியை உயிருள்ள மொழியாக மாற்ற இந்திய நடுவணரசு பல கோடிகளைச் செலவழித்து எடுக்கும் முயற்சிகள் எதுவும் வெற்றி பெறவில்லை. சமக்கிருதம் மக்களால் பேசப்படாத செத்த மொழி தான்.

ஆனால், சமக்கிருதம் இலக்கிய மொழியாக பல நூற்றாண்டுகளாக பயன்படுத்தப்பட்டு வந்துள்ளது. சமக்கிருதம் ஆட்சியாளர்களால் பாது காக்கப்பட்டு வளப்படுத்தப் பட்டுள்ளது. ஆட்சியாளர்களின் ஆதரவின்றி சமக்கிருத இலக்கியங்கள் எதுவும் உருவாகிவிடவில்லை. அரசு அதிகாரத்தில் உள்ள உயர் குடிகளுக்கும், சமக்கிருதத்துக்குமே உறவு இருந்திருப்பதை இந்திய வரலாறு நெடுகிலும் காணலாம். சமக்கிருத மொழியின் வரலாறு இதனை உறுதிப்படுத்துகிறது.

சமக்கிருதத்தின் வரலாற்றை கீழ்க்கண்ட வரலாற்றுக் கட்டங்களாகப் புரிந்து கொள்ளலாம்.

கி.மு.2000 - 1500 வரை ரிக்வேத சமக்கிருதம், ஹரப்பா நாகரிகத்துக் குப் பிந்தையது. ஆரிய மன்னர்கள், பூசாரிகள் (பிராமணர்கள்) ஆகியோரின் ஆட்சிமொழி, வேள்விச் சடங்குகள் பற்றியது.

கி.மு.1500 - 500 வரை வேதச்சடங்குகள் பற்றிய சமக்கிருதம், உபநிடத சமக்கிருதமாக வளர்த்தல். செவ்வியல் தன்மை பெறாத சமக்கிருதம் பிராமணிய மேலாண்மையின் கருவியாதல்.

கி.மு.500-400 மகதத்தை மையமாகக் கொண்டு புத்தரும், மகாவீரரும் இயங்கிய காலம். அவர்கள் சமக்கிருதத்தை ஏற்கவில்லை. பிராகிருதத்தையே ஏற்றனர். இதே காலத்தில் பாணினியின் அஷ்டாத்தியாயி என்ற சமக்கிருத இலக்கண நூல் இயற்றப்படுதல்.

கி.மு.300 அசோகரின் காலம். பிராகிருதமே அரசு மொழி. கல்வெட்டு சாசனங்களில் பிராகிருதமே பயன்படுத்தப் பட்டது. ஆனால் சமக்கிருத எதிப்பு இல்லை.

கி.மு.200 -கி.பி.500 வரை மகாயாண பௌத்தம் சமக்கிருதத்தை ஏற்றல், சமணம் அதனைத் தொடர்தல், இவ்வற்றின் மூலம் பிராமணிய எதிர்பபு சமக்கிருதமத்தை ஏற்றல், சமணம் அதனைத் தொடர்தல், பிராமணிய எதிர்ப்பு சமக்கிருதம் உருவாதல்.

பிராகிருதத்தோடு கலந்த கலப்பு சமக்கிருதம் உருவாதல். சமக்கிருதத்தில் தர்ம சாத்திரங்களும், வைதீக நூல்களும் இயற்றப்பட்டு இந்து சமய தத்துவ மொழியாக வளர்தல். சமயப்போர் வழியாக மொழிப் போர் நடைபெறுதல்.

கி.பி.4/5 நூற்றாண்டு முதல் கி.பி. 13 நூற்றாண்டு வரை இந்திய துணைக் கண்டம் முழுவதும் பிராமணிய எழுச்சி காரணமாக அரசு மொழியாக சமக்கிருதம் பயன்படுத்தப்படுதல். பிராகிருதம் அழிக்கப்படுதல், வட்டார மொழிகளின் எழுச்சி. அவற்றை இலக்கணப்படுத்துவதில் சமக்கிருதத்தின் தலையீடு.

இந்த வரலாற்றுக் கட்டங்களில் அரசர்களால் பாதுகாக்கப்பட்டே சமக்கிருதம் வளர்ச்சியடைந்தது. சமக்கிருதத்தை பௌத்தர்கள், சமணர்கள், நாத்திகர்கள், அறிவியலாளர்கள் போன்றவர்களும் கி.பி. 2- ஆம் நூற்றாண்டுக்குப் பிறகு ஏற்றனர். சமக்கிருத மொழியிலேயே தமது இலக்கியங்களைப் படைத்தனர்.

ஆரியபட்டர் இயற்றிய **ஆரிய பட்டீயம்** வேத உபநிடத முறைக் கொள்கையை ஏற்கவில்லை. நாத்திகக் கொள்கையை (உலகாயதம்) வலியுறுத்திய **பிரஹஸ்பதி** சூத்திரம் சமக்கிருதத்திலேயே இயற்றப்பட்டது. மருத்துவ நூலான **சரகசம்ஹிதை** சமக்கிருதத்திலேயே இயற்றப்பட்டது.

கி.பி. எட்டாம் நூற்றாண்டைச் சேர்ந்த **ஜெயராசி பட்டாரின்** நாத்திக நூலான **தத்துவ பாப்லவ சிம்ஹ** என்ற நூல் சமக்கிருதத்தில் இயற்றப் பட்டது தான். கி.பி. 2-ஆம் நூற்றாண்டுக்குப் பிறகு சமண ஆச்சாரியார் **உமாஸ்வதி** எழுதிய **தத்துவார்த்த சூத்திரம்** சமக்கிருதத்தில் இயற்றப் பட்டதே. அவரைத் தொடர்ந்து **குந்தகுந்தர், அகளங்கர்** ஆகியோரின் சமண நூல்களும் சமக்கிருதத்திலேயே இயற்றப்பட்டன. **மகாயாண பௌத்தம்** சமக்கிருதத்திலேயே தமது தத்துவ நூல்களை இயற்றியது. **திக்நாகர், தர்மகீர்த்தி** ஆகியோரின் நூல்களும் சமக்கிருத மொழியில் அமைந்தவையே.

இவை அனைத்தும் உபநிடத முறையியலையோ, தர்ம சாத்திரங்களின் சாதி வருண ஏற்பாட்டையோ ஏற்காதவை. எனவே, சமக்கிருதம் என்பதே பிராமணர்களின் மொழி தான் என்ற நாகசாமியின் கூற்று பொய்யுரை ஆகிறது.

கி.பி.13 - ஆம் நூற்றாண்டுக்குப் பிறகு சமக்கிருதத்தின் வீழ்ச்சி ஏற்படுகிறது. மொகலாயர் வருகையும், வட்டார அரசுகளின் பெருக்கமும் இதற்குக் காரணமாகும். சமக்கிருதத்தின் இலக்கிய வளர்ச்சிக்குப் பெரிதும் ஊக்கமளித்த காஷ்மீரில் 13-ஆம் நூற்றாண்டுக்குப் பிறகு சமக்கிருதம் மதிப்பிழந்தது. 15-ஆம் நுற்றாண்டில் காஷ்மீர் மன்னனான சுல்தான் ஜெயகர்-உல்-அபிதின் என்ற இஸ்லாமிய மன்னன் சமக்கிருதத்தை தனது அரசின் ஆட்சி மொழியாக மீண்டும் ஆக்கினான்.

அக்பர் சமக்கிருத நூல்களை பெர்சிய மொழியில் மொழி பெயர்க்க ஆதரவு அளித்தார். தென்னிந்தியாவில் விஜயநகரப் பேரரசு சமக்கிருதத்துக்கு ஆதரவு அளித்த போதும் தெலுங்கு, தமிழ் ஆகிய மொழிகளை தனது ஆட்சி மொழியாகக் கொண்டது. இந்தியா முழுமைக்கும் அரசு மொழியாக பிராமணிய மொழியாக கோலோச்சி வந்த சமக்கிருதம் குப்தர்களின் அரசியல் வீழ்ச்சிக்குப் பின்னர் அகில இந்திய அரசுமொழித் தகுதியை இழந்து விட்டது. சமத்கிருதத்துக்கு ஏற்பட்ட இந்த நெருக்கடி தான் தமிழகத்தில் மணிப்பிரவாள கிரந்த மொழி, இலக்கிய மொழியாகத் தொன்றுவதற்குக் காரணமாகும்.

தஞ்சை மராட்டியர்களும், மைசூர் உடையார்களும், ஜெய்பூரில் ஜெய்சிங் போன்ற மன்னர்களும் ஒரு குறுகிய காலத்துக்கு 17-18 ஆம் நூற்றாண்டுகளில் சமக்கிருதத்தை ஆட்சி மொழியாக ஆக்கினர். அவை சமக்கிருதத்தை மீண்டும் அரசு மொழியாக புதுப்பிக்க உதவவில்லை. இறுதியாக 1852 ஆம் ஆண்டு ஈஸ்வர சந்திர வித்யாசாகர் அவர்கள் கல்கத்தாவில் சமக்கிருத கல்லூரி ஒன்றை நிறுவினார். அன்று தொடங்கி சமக்கிருதத்தை ஆரியர்களின் வேத மொழியாக மறுகட்டமைப்பு செய்யும் வேலை துவங்கியது. அது சமக்கிருதத்தின் வரலாற்றை பிராமணியத்தின் வரலாறாக அறிவித்தது. அறிஞர் நாகசாமி இப்படி திருத்தம் செய்யப்பட்ட வரலாற்றையே நமக்கு வழங்குகிறார்.

சமக்கிருதத்தின் வரலாற்றில் பலவகையான முரண்பட்ட போக்குகள் உருவாகி வளர்ந்ததை இந்த வரலாறு மூடி மறைக்கிறது. சமக்கிருதத்துக்கு எதிரான குரல் மகாவீரரிடமிருந்தே முதலில் வருகிறது. சமக்கிருதம் கடவுள்கள் பேசிய மொழி என்பதை மகாவீரர் மறுக்கிறார். பாகவி சுத்தம் என்ற சமண நூலில் எது கடவுள்கள் பேசும் மொழி? எது மரியாதைக்குரிய மொழி? என்ற கேள்விக்கு மகாவீரர் அர்த்தமாகதி மொழியே என பதிலுரைக்கிறார். அசோகர் மகதி பிராகிருதத்தையே (அர்த்தமாகதி) தனது ஆட்சி மொழியாகக் கொள்கிறார். மகத ஆட்சியும், மௌரியர் ஆட்சியும் வீழ்ச்சியடைந்த பின்னர் பிராகிருதத்தின் மரியாதை குறைந்தது.

சமக்கிருதம் புலமை சார்ந்த உயர்மக்கள் மற்றும் வேள்விச் சமய சடங்குகள் ஆகியவற்றின் பிராமணர்களின் மொழியாகியது. காப்பியங்களும், நாடகங்களும் சமக்கிருதத்தில் இயற்றப்பட்டன. அந்த நாடகங்களில் மன்னர் எப்போதும் சமக்கிருதம் பேசுவதாகவும், திருடர்களும், முட்டாள் முரடர்களும் மகதியைப் பேசுவதாகவும் குறிப்பிடப்பட்டது.

கி.பி. இரண்டாம் நூற்றாண்டில் பதஞ்சலி பாணினியின் இலக்கண நூலுக்கு உரை எழுதினார். அது மகாபாஷ்யம் என்று அழைக்கப்பட்டது. அந்த நூலில் பிராகிருதம் உலகின் மொழியாகவும், சமக்கிருதம் தர்மத்தின் மொழியாகவும் விளக்கப்படுகிறது. சமயச் சடங்குகளில் சமக்கிருதத்தைப் பயன்படுத்துவதே தர்மநியாயம் எனப் போற்றப்பட்டது. அது தொடங்கியே சமக்கிருதம் சமயச்சடங்கு மொழியாகவும், புலமை மொழியாகவும் வளர்ந்தது. அக்காலத்திய சமக்கிருத அறிஞர்கள் கூட தமது அன்றாட வாழ்வில் பிராகிருதத்தையே பேசினர் என்பார் பிராகிருத அறிஞர் ஜெகதீஷ் சந்திர ஜெயின்.

பிராகிருதம் ஒரு மொழியாக இல்லாமல் போனதற்கு சமண பௌத்தத்தில் ஏற்பட்ட மாற்றங்களும் காரணமாகும். கி.பி. இரண்டாம் நூற்றாண்டுக்குப் பிறகு அந்த சமயங்களில் பிராமணர்கள் செல்வாக்கு பெறத் தொடங்கினர். அவர்கள் மூலமாக சாதியமும், சமக்கிருதமும் அந்த வேத வைதீக எதிர்ப்பும் சமயங்களிலும் நுழையத் தொடங்கியது.

பௌத்தத்தில் சமக்கிருதத்தை நுழைத்தது மகாயானமே ஆகும். மகாயாணம் பிராமணர்களை ஏற்றுக் கொண்டது. சாதிய முறைகளையும் ஏற்றுக் கொண்டது. சமக்கிருதத்தில் முதல் காப்பியமான புத்த சரித்திரம் எழுதிய அஸ்வகோசர் புத்தரை விஷ்ணுவின் அவதாரமாகக் காட்டினார்.

மகாயானத்தின் போதிச்சத்துவர் கொள்கை பிராமணிய மயப்படுத்தப் பட்ட பௌத்தமே ஆகும்.

> போதிசத்துவர்கள் பிராமணர்கள் அல்லது சத்திரியர்களாகவே பிறப்பர். சண்டாளர்களில் போதிசத்துவர் பிறப்பது இல்லை. வலி, விஸ்தாரம் என்ற பௌத்த நூல் பிராமணர்கள் அதிகமாக உள்ள உலகில் பிராமண போதி சத்துவர், சத்திரியர், அதிகமாக உள்ள பகுதிகளில் சத்திரிய போதிசத்துவர் பிறப்பர். கீழ்சாதி குடும்பத்தில் போதிசத்துவர் பிறப்பதில்லை என்கிறது.

வஜ்ராயன பௌத்தம் இந்த கொள்கையை மறுத்தது. அதனடிப்படையில் மணி மேகலையை பெண் போதிசத்துவராக மணிமேகலை காப்பியம். காட்டுகிறது. மணிமேகலை ஆடல் மகளுக்குப் பிறந்தவள். பிராமண சத்திரிய பிறவித் தொடர்பு ஏதுமற்றவள். மணிமேகலை காப்பியம் சமக்கிருத தத்துவச் சொற்களைப் பயன்படுத்தாமல் தமிழ், பிராகிருத சொற்களையே

கையாண்டது.

அரசியல் ரீதியாக தென்னிந்தியாவை ஆண்ட சாதவாகனர்கள் ஆட்சியில் பிராகிருதமே ஆட்சி மொழியாகத் திகழ்ந்தது. அவர்களது கால கல்வெட்டு களில் சமக்கிருதம் பயன்படுத்தப்படவில்லை. அரசு சார்ந்த சமக்கிருத இலக்கிய நூல் ஒன்று கூட சாதவாகனர்கள் காலத்தில் இயற்றப்படவில்லை. கி.பி. இரண்டாம் நூற்றாண்டு வரை பெஷாவரிலிருந்து தமிழ்நாடு வரை சமக்கிருத கல்வெட்டுகள் எங்கும் கிடைக்கப்பெறவில்லை. பல்லவர்கள் ஆட்சியின் துவக்கத்தில் பிராகிருதமே ஆட்சி மொழியாகத் திகழ்ந்தது.

பல்லவர்களின் சமய மாற்றம் சமக்கிருதத்தைத் தமிழகத்துக்கு கொண்டு வந்தது. சோழர்கள் ஆட்சியில் சாதிய, சமூக நிலவுடமை முறை உறுதிப்பட்ட போது சமக்கிருதம் அதிகார மொழியாகிறது. பிராகிருதம் சமணத்தின் மொழியாகவும், சமக்கிருதம் பிராமணர்கள், பௌத்தர்களின் மொழியாகவுமே பல்லவர் காலம் வரை இருந்தது.

அகில இந்திய அளவில் பிராகிருதத்தை ஒழித்து சமக்கிருதத்தை நிலை நாட்டத் துவங்கியது குஷானர்கள் காலமே ஆகும். தமிழகத்தில் பல்லவர்கள் அதைத் துவக்கினர்.

சமணர்கள் கி.பி. 2-ம் நூற்றாண்டிலேயே சமக்கிருதத்தை ஏற்றுக் கொண்டாலும், அவர்கள் உருவாக்கிய சமக்கிருதம் சமணக் கொள்கைக்கு ஏற்ப திருத்தப்பட்டதாவே அமைந்தது. சப்தமே சமக்கிருதத்தின் அடிப்படை. சப்த அடிப்படையிலான சொற்களே சமக்கிருதச் சொற்கள். இந்த சப்தங்கள் வேத வேள்விகளில் எழுப்பப்படும் ஒலிகள், கடவுளர் பேசிய ஒலிகள் என்றது வைதீக சமக்கிருதம். இதனையே பாணினி இலக்கணப்படுத்தினார்.

மனித உடல் முயற்சியாலேயே சப்தமும் பேச்சும் பிறக்கிறது என்றனர் சமணர். இந்த அடிப்படையில் பிராகிருதத்தையும், சமக்கிருதத்தையும் இணைத்து தமது ஆகமங்களை இயற்றிக் கொண்டனர். முதல் சமண இலக்கண நூலான **பூஜ்யபாதர்** இயற்றிய **ஜெயினேந்திர வியாகரணம்** ஒரு வகை சமண சமக்கிருதத்தையே இலக்கணப்படுத்தியது. அது பத்ருஹரிக்கு முற்பட்ட காலமாகும்.

கி.பி. பத்தாம் நூற்றாண்டைச் சேர்ந்த திகம்பரசமண அறிஞரான பிரபாச்சந்திரர் பிராகிருதமே உயர்ந்த மொழி என வாதிட்டார். சமக்கிருத மொழி இலக்கண அடிப்படையில் பிராகிருத சொற்களுக்கு விளக்கம் பெறக்கூடாது என்றார். பிராமணர்கள் கடைபிடிக்கும் சமக்கிருதத்தை ஏற்க முடியாது என்றார். சமக்கிருதமே மேலான மொழி என்பதை ஏற்பதற்கில்லை. ஏனெனில், விதவை தனது மூத்த மகனையே மணம் செய்து கொள்வது

போன்ற காட்டுமிராண்டி பண்பாட்டைக் கொண்டதே சமக்கிருதம் எனச் சாடினார். பிராகிருதம் என்பது பிரகிருதி (இயற்கை)யாகத் தோன்றியது என்பதால் அதுவே உயர்ந்தது என்பது அவர் கொள்கை.

சமணத்தில் சமக்கிருதம் ஏற்கப்பட்ட பின்னரும் சமக்கிருதத்தை ஏற்காத சமணர்களும் இருந்ததையே இது காட்டுகிறது. சமக்கிருதம் இதனால் பிராகிருத மயமானது, பிராகிருதமும் சமக்கிருத மயமானது.

சமணர்கள் தான் இந்தியாவின் பல பகுதிகளிலும் வழங்கி வந்த பல வகையான மொழிகள் குறித்து முதலில் பேசியவர்கள். சமண சுத்தங்கள் என்ற நூல் தொகுதிகள் பண்டைய இந்தியாவில் 18 எழுத்து வரிவடிவங்கள் இருந்ததாகக் குறிப்பிடுகின்றன. அவற்றில் ஒன்று திராவிடி அல்லது தாமிலி. பழந்தமிழ் என அறியப்படுவது இதுவே ஆகும். இந்த பழந்தமிழோடு பிராகிருதம் வழியாக சமணர்கள் தொடர்பு கொண்டனர். இதன் காரணமாகத் தமிழ் - பிராகிருதத் தொடர்பு பலமடைந்தது. தமிழ் சமக்கிருதத் தொடர்பு அதற்குப் பின்னர் ஏற்பட்டதே ஆகும்.

இந்த வரலாறு அறிஞர் நாகசாமியின் கூற்று பொய் என உறுதி செய்கிறது. பிராகிருதம் சமக்கிருதத்தின் பேச்சு மொழியல்ல. சமக்கிருதம் பேச்சுத் தன்மையல்லாத இலக்கிய மொழியே, சமக்கிருதத்தில் இலக்கியம் படைத்தவர்கள் கூட பிராகிருதத்தையே பேசினர். சமக்கிருதத்துக்கும் பிராகிருதத்துக்குமான மொழி மோதல் வெகுகாலம் தொடர்ந்தது. சமக்கிருதத்தைப் பிராமணர்களின் மொழியாகவே காட்டுவது உண்மையல்ல. அது பிற சமயத்தாரால் திருத்தி அமைக்கப்பட்ட இலக்கிய மொழி என்பதை வரலாறு உறுதி செய்கிறது.

இத்தகைய வரலாற்றைப் பற்றி தெரியாமலோ அல்லது முடி மறைத்தோ அறிஞர் நாகசாமி சமக்கிருதத்தின் மேன்மை பற்றி பேசுகிறார். பிராமி பிராமணர்களால் உருவாக்கப்பட்டது என்கிறார்.

5. பிராமி எழுத்தை உருவாக்கியவர்கள் பிராமணர்களா?

அறிஞர் நாகசாமி கூறுகிறார்.

> அசோகருக்கு முன்போ அல்லது அவரது காலத்திலோ காஞ்சியிலிருந்து கன்னியாகுமரி வரை படிக்கக்கூடிய எழுத்து எதுவுமில்லை. எனவே, பிராமி எழுத்து தெற்கில் உருவானது என்பதும் அசோகர் அதனைப் பயன்படுத்தினார் என்பதும் சரியல்ல.

> பஞ்சாப், சரஸ்வதி பள்ளத்தாக்கில் இருந்த பிராமணர்கள் கண்டுபிடித்ததே பிராமி எழுத்து. பம்மி என்றழைக்கப்படும் எழுத்துக்கள் பிராமணர்களால் பயன்படுத்தப்பட்டது என்பதால் பிராமி எழுத்தும் பிராமணர்கள் கண்டு பிடித்ததே... அசோகருக்கு முன்பு தமிழுக்கு எழுத்து எதுவுமில்லை (பக்கம் 59,60)

இது மொழியியல் அடிப்படையிலோ, தொல்லியல் அடிப்படையிலோ உறுதி செய்யப்படாத நாகசாமியின் சொந்த கண்டுபிடிப்பாகும். இந்த கண்டுபிடிப்பை அபத்தம் என சுலபமாக ஒதுக்கிவிடலாம். அறிவுலகம் இதனை ஏற்கப் போவதுமில்லை. ஆனால், நாகசாமியின் கூற்றுக்குப் பின்னால் பிராமணியமே தமிழர் பண்பாடு, மொழி அனைத்துக்கும் காரணம் என்ற நோக்கம் உள்ளது. பிராமண எதிர்ப்பு ஆய்வுகள் தவறு செய்துவிட்டன

தேவ. பேரின்பன்

என்கிறார். அறிஞர் ஐராவதம் மகாதேவன் அவர்களின் ஆய்வுகளை அந்த அடிப்படையிலேயே குறை கூறுகிறார். பிராமணிய கருத்தியல் வட்டத்துக்குள் மொழி குறித்த வரலாற்றை அடைக்க முற்படுகிறார்.

சிந்தனையின் உடனடி வெளிப்பாடு மொழியே ஆகும். அது மனிதனின் உயிரியல் கூறுகளான மூளை, தாடை, உள்நாக்கு ஆகியவற்றின் வளர்ச்சி மற்றும் சமூக உழைப்பில் அவன் கொள்ளும் தொடர்புகள் காரணமாக அவனுள் ஏற்படும் உணர்வுகளின் தெளிவு, சமூகத்தின் வளர்ச்சி நிலை போன்றவற்றைச் சார்ந்தது. எழுத்து மொழி தோன்றுவதற்கு முன் பேச்சு மொழியே மொழியின் அடிப்படை வடிவமாக இருந்தது.

எழுத்து முறை கண்டுபிடிக்கப்பட்டதன் மூலம் மொழி உறுதியான கட்டமைப்புக்குள் கொண்டு வரப்பட்டது. வெறும் நினைவாற்றலை மட்டுமே நம்பியிருக்கும் நிலை மாறியது. எழுதுவதும், எழுதியதை பாதுகாப்பதும் சமூகத்தின் ஒரு குறிப்பிட்ட வளர்ச்சி நிலையின் அவசியம் கருதியே ஏற்பட்டது.

எழுத்து முறையின் வளர்ச்சி தொல்குடிகளின் குகை, பாறை ஓவியங்களிலும், சடங்கு குறியீடுகளிலும் இருந்து பெறப்பட்டது. அந்த ஓவியங்களுக்கும், குறியீடுகளுக்கும் திட்டவட்டமான பொருளை தொல் குடிகள் அறிந்திருந்தனர். வேட்டையாடுதல், அதி வேளாண்மை, பண்டமாற்று முதலிய தொழில் சார்ந்த நடைமுறை அவசியத்தை ஆவணப்படுத்தவனாகவே அவை அமைந்தன.

அத்தகைய குறியீடுகள் ஒலியோடு இணைக்கப்பட்டு ஒலி எழுத்துக் களாக வளர்ச்சியடைந்தன. அதன் முறைப்படுத்தலிலேயே உயிர் எழுத்துக் களும், மெய் எழுத்துக்களும் வகைப்படுத்தப்பட்டன. இப்படியான வளர்ச்சி க்கு மனித குலத்தின் திட்டவட்டமான புவிசார் வாழ்க்கை நிலைமைகளும் சமூக வளர்ச்சி மட்டமும் காரணமாக அமைந்தன. பலநூறு மொழிகள் தோன்றுவதற்கு இதுவே காரணமாகும்.

ஓவியத்தை அடிப்படையாகக் கொண்ட எழுத்துமுறை, ஒலியை அடிப்படையாகக் கொண்ட எழுத்து முறை ஆகியவற்றின் அடிப்படையில் மொழியின் வரிவடிவங்கள் முறைப்படுத்தப்பட்டன. சீனமொழி ஓவிய வரிவடிவம் கொண்டது. தமிழ் ஒலியை அடிப்படையாகக் கொண்ட எழுத்தைக் கொண்டது. ஒவ்வொரு எழுத்தும் ஒரு ஒலியைக் குறிப்பது. மொழியியல் துறையில் இது குறித்த ஆய்வுகள் பெரிதும் வளர்ந்துள்ளது.

மொழியின் வரிவடிவம் (எழுத்து முறை) எந்த ஒரு நபராலோ அல்லது கூட்டத்தாலோ, எந்த ஒரு காலத்திலோ கண்டுபிடிக்கப்பட்டதல்ல. எந்த மொழியும் அது தோன்றுவதற்குக் காரணமான சமூகத்தின் விளைவே ஆகும். அது ஒவ்வொரு காலத்திலும் ஒவ்வொரு தன்மையான வளர்ச்சியை அடை கிறது. தொல்குடிகளாக வேட்டையாடி அலைந்து திரியும் காலத்தில் ஒரு

மொழி, கால்நடை மேய்ப்பு வாழ்வில் ஒரு மொழி, வேளாண்மை வாழ்வில் ஒரு மொழி என மொழி அதன் துவக்க காலங்களில் பல வளர்ச்சிகளைக் கண்டுள்ளது. ஆனால் சமூகத்தில் நிலைத்த வாழ்க்கை ஏற்பட்டதும், அரசு, வர்த்தகம் போன்றவை நிலை பெற்றதும், பிற கூட்டத்துடனான தொடர்புகள் பலப்பட்டதும் மொழி எழுத்து வகைப்பட்ட இலக்கிய மொழியாக - இலக்கணப் படுத்தப்பட்ட மொழியாக வளர்ச்சியடைகிறது. அப்படியான வரலாற்றுச் சூழலில் மட்டுமே மொழியின் வரிவடிவம் இலக்கியத்துக்குத் தேவையான கருவியாக முழுமை பெறுகிறது, இத்தகைய வளர்ச்சி ஒரு சமூகத்தின் தேவையை ஓட்டி அந்த சமூகமே உருவாக்கிக் கொண்டதே ஆகும். எழுத்து மொழி தோன்றுவதற்கான தயார் நிலையில் ஒரு சமூகம் இல்லை எனில் அந்த சமூகத்தில் வெளியிலிருந்த எழுத்து மொழி எதுவும் நுழைந்துவிட முடியாது. அந்த தயார் நிலையில் உள்ள சமூகத்தின் மொழி மீது வெளித்தொடர்பு காரணமாக வரும் எழுத்து முறைகள் செயல்படலாம் என்பதை தொல்லியலும் உறுதி செய்கிறது.

20 லட்சம் ஆண்டுகளுக்கு முன் மனிதன் ஹோமோ ஷெபிலிஸ் ஆக இருந்த போது அவனுக்கு ஒலி எழுப்பும் ஆற்றல் உருவானது. ஹோமோ எரக்டஸ் ஆக இருந்த போது வாய்மொழி மரபு தோன்றியது. 60,000 ஆண்டுகளுக்கு முன் மனிதன் ஹோமோ சேபியனாக வளர்ந்த போது மொழி மூலமான தகவல் தொடர்பு சாத்தியமானது. அது நெடிய பரிணாம வளர்ச்சியில் எழுத்து மொழியாக வளர்ந்தது.

மெசபடோமியாவில் கி.மு.3500-லும், சிந்து நாகரிகத்தில் கி.மு. 2600-லும், சீனாவில் கி.மு.1200-லும் எழுத்துக்கள் தோன்றியதாக அறியப்படுகிறது. எழுத்துமுறை எதுவும் புதிய கற்கால சமூக முறையோடு உருவானது தான். அங்கு தான் உணவு உற்பத்தி சமூக முறையாக முழுமை பெற்றது. வேளாண்மைக்கான புதிய தொழில்நுட்பம் வளர்ச்சியடைந்தது. சமூக நிறுவனத்தில் உற்பத்தி சாராத பிரிவினரான வர்த்தகர்கள், பூசாரிகள், நிர்வாகிகள் போன்றவர்கள் தோன்றினர். ஒரு குறிப்பிட்ட நிலப்பரப்பில் நிலைத்து வாழ்ந்த குடிகளில் சிக்கலான சமூக அமைப்பில் தகவல்களைப் பதிவு செய்ய வேண்டிய அவசியமும் இருந்தது. இதன் காரணமாக எண்ணும் எழுத்தும் உருவாக்கப்பட்டன.

எழுத்து மொழி நகரப் பொருளாதாரம் ஒன்றின் நடைமுறை அவசியம் பற்றியே உருவானது என்பார் மானுடவியல் அறிஞர் கோர்டான் சைல்டு. அங்கு தான் கற்றல் கற்பித்தல் அவசியமானது. அங்கு தான் எழுதுதல் ஒரு தொழிலாக மாறியது. அதிகாரம், செல்வம், சமயம் போன்றவற்றோடு தொடர்புடையதாகவே எழுத்து மொழி விளங்கியது என்பார் கோர்டான் சைல்டு.

எழுத்து மொழியின் அவசியம் இல்லாமலேயே பல பழங்குடிகளும், வேளாண் குடிகளும் வாழ்ந்து வருவதை யாரும் அறிவர். அதே சமயத்தில் நகர நாகரிக வளர்ச்சியின் விளைவாக இலக்கணப்படுத்தப்பட்ட மொழியின் மேலாண்மை நிலைநாட்டப்பட்டுள்ளதையும் யாவரும் அறிவர்.

கட்டமைப்பும், மொழி, சமூக பரிணாம வளர்ச்சியின் விளைவுதான். மொழியின் வளர்ச்சியையும் சமூக வரலாற்று உள்ளடக்கமில்லாமல் புரிந்து கொள்ள முடியாது. சிக்கலான, உயர் வடிவிலான தகவல் தொடர்பு நோக்கிய மனித குலத்தின் பயணத்தின் வரலாற்றில் ஒரு சமூகத்தின் மொழி தன்னை வளப்படுத்திக் கொள்கிறது. அது இன்று உலகமயச் சூழலில் உலகளாவிய இலக்கணம் ஒன்றை உலகெங்கும் உள்ள மனிதர்களிடம் உருவாக்கிவிட்டது என்பார் நோம் சாம்ஸ்கி. இது சமூகங்களின் ஒன்று கலப்பால் ஏற்பட்டது. எந்த மொழியின் கூறுகளும் பிற மொழிகளுக்கு வழங்கப்பட்டதால் வந்தததல்ல. எல்லா மொழிகளிலும் உள்ள பொதுக்கூறுகள் ஒன்று கலக்கும் சமூகச் சூழ்நிலை ஏற்பட்டுவிட்டதையே தற்போதைய மொழியியல் எடுத்துக் காட்டுகிறது.

> மொழியின் தோற்றம், வளர்ச்சி குறித்த வரலாற்று வளர்ச்சியை சற்றும் கவனத்தில் கொள்ளாமல் நாகசாமி அவர்கள் பிராமி எழுத்து பிராமணர்களால் உருவாக்கப்பட்டது என்கிறார் ஒரு காலத்தில் அறிஞர் ஐராவதம் மகாதேவன் தமிழ்நாட்டில் உள்ள பிராமியை தமிழ் பிராமி என்று அழைத்த போது அதனை தமிழி - தமிழ் என்றே அழைக்கலாம். அது தமிழ்நாட்டிலேயே தோன்றிய தமிழ் தான், என்றவர் நாகசாமி. அவர் தான் இன்று பிராமி பிராமணர்களின் கண்டு பிடிப்பு என்கிறார்.

முன் குறிப்பிட்ட மொழியியல் கோட்பாடுகள் அடிப்படையில் தமிழின் வரலாற்றை விளக்க முடியும். உலகின் எல்லா மொழிகளின் வரலாற்றையும் விளக்க முடியும். ஆனால் சமக்கிருதத்தை மட்டும் விளக்க முடியாது. ஏனெனில் அது என்றுமே மக்களின் மொழியாக இருந்ததில்லை. சமக்கிருதம் வேதக் கூச்சலில் இருந்து பிரித்தெடுக்கப்பட்ட சப்த சொற்களின் வழியாக புலவர்களால் புலவர்களுக்காக மட்டுமே அமைக்கப்பட்ட செயற்கை மொழி. அது அரசவைகளிலும், வேள்விகளிலும், புலமையோர் சபைகளிலும் மட்டுமே இயங்கிய மொழி. அத்தகைய மொழியின் வரிவடிவ வரலாறு இறைத் தன்மையோடு இணைத்தே இன்று வரை பேசப்படுகிறது.

ஆனால், சமக்கிருதத்துக்கு தனி வரிவடிவம் எதுவும் இருந்ததாக இது வரை உறுதிப்படுத்தப் படவில்லை. அது சரஸ்வதி நதி நாகரிகத்தின் சரஸ்வதி வரி வடிவத்தில் அமைந்தது என்று சொல்லப்படுகிறது. ஆனால் சரஸ்வதி வரி வடிவங்கள் இன்று வரை கண்டறியப்படவில்லை. வாய்மொழி

சமக்கிருதம் இலக்கணப் படுத்தப்பட்ட போது அதற்கான வரிவடிவத்தின் அவசியம் ஏற்பட்டது

பௌத்தம், சமணம் போன்றவை மக்கள் பேசும் பாலி மொழியை இலக்கணப்படுத்தி பயன்படுத்திய போது பாலியைச் சார்ந்த சமக்கிருத இலக்கணம் திருத்தி அமைக்கப்பட்டது. பாணினிக்குப் பின் வந்த சமக்கிருத இலக்கண ஆசிரியர்கள் பலவகையான சமக்கிருத எழுத்து முறைகளைப் பயன்படுத்தியதாகவே அறியப்படுகிறது. சமக்கிருதத்துக்கான வரிவடிவத்தின் தோற்றுவாய் பல்வேறுபட்ட கூறுகளைக் கொண்டதாகவே உள்ளது. பிராமணியத்தை உயர்த்திப் பிடித்த குப்தர்களின் வீழ்ச்சிக்குப் பிறகு பிராமணியத்தை ஆதரிக்கும் வட்டார அரசுகளை நம்பியே சமக்கிருதம் வளர்க்கப்பட்டது. அரசு அதிகாரத்தின் துணையில்லாமல் சமக்கிருதமோ, பிராமணியமோ வளரவில்லை. மொகலாயர் ஆட்சிக் காலத்தில் பெர்சிய மொழியே அவர்களின் ஆட்சி மொழியாக இருந்தது. கிருஷ்ணதாசர் போன்ற சமக்கிருத அறிஞர்கள் அக்பரின் அவையில் இருந்தனர். பசுக்களையும் பிராமணர்களையும் பாதுகாப்பவர் அக்பரே என சமக்கிருதப் பாடல்களை அவர்கள் இயற்றினர்.

அக்பர் காலத்தில் சமக்கிருத மொழியில் தேவநாகரிக வடிவ நூல்களும், தேவநாகரிக வரி வடிவமற்ற நூல்களும் இருந்ததாக சமக்கிருத - பெர்சிய மொழிகளில் தொகுக்கப்பட்ட அகராதிகள் குறிப்பிடுகின்றன. அக்பர் காலத்துக்குப் பிறகே சமக்கிருதத்துக்கான தேவநாகரி எழுத்துமுறை வந்து சேர்ந்தது. அதுவே இன்று வரை தொடர்கிறது. இந்த தேவநாகரி எழுத்து நாகர்கள் உருவாக்கியது என்ற மொழிக் கொள்கையும் நிலவுகிறது. பல நூற்றாண்டு காலமாக சமக்கிருதம் நினைவு ஆற்றலை அடிப்படையாகக் கொண்டே சடங்கு மொழியாக விளங்கியது. அரசு அதிகாரம் ஏற்பட்ட போது அரசர்களின் ஆதரவோடு சமக்கிருதம் புலமைப்படுத்தப்பட்டது. உபநிடத காலம் தொடங்கி இது தான் நிலைமை.

வரலாற்று உண்மை இவ்வாறு இருக்க தமது வேத - கடவுள் மொழியான சமக்கிருதத்துக்கே சொந்த வரிவடிவம் கண்டறிய இயலாத பிராமணர்கள் பிராமியைக் கண்டறிந்ததாகக் கூறுவது ஏற்கத்தக்கதாக இல்லை.

சமக்கிருதம் மக்கள் பேசிய உயிருள்ள வாய்மொழியிலிருந்து இயல்பாக உருவாகிடவில்லை. அதை புரோகிதர்களும், புலவர்களும் உருவாக்கினர். இதற்கு நேர் மாறாக, மக்கள் பேசிய உயிருள்ள வாய்மொழி மரபில் இருந்தே தமிழின் எழுத்து முறையும், சொல் பிறப்பும் தோன்றியது. அது தமிழ்வழி பிராமி வரி வடிவத்தைப் பெற்றது.

பிராமி என்ற எழுத்து வரி வடிவம் இந்திய துணைக் கண்டத்தில் மூன்று வகையான வடிவங்களைக் கொண்டிருந்தது. தென்னிந்திய வரி வடிவம்

அதில் ஒன்று. அது இலங்கை, திபெத், தென்கிழக்கு ஆசியா, பிலிப்பைன்ஸ், இந்தோனேஷியா ஆகிய நாடுகளிலும் பயன்படுத்தப்பட்டது. பல வகையான வட்டாரத் தன்மை கொண்ட எழுத்து முறையாகவே பிராமி இருந்தது. எழுது வதற்கான கருவி தொழில் நுட்பம் போன்றவை ஒரே மாதிரியான பொது வளர்ச்சி நிலையில் இருந்த போது கோடுகளாவும், இடமிருந்து வலமாகவும் எழுதும் பிராமி வரிவடிவம் தோன்றியது.

சமூக உருவாக்கத்தில் உற்பத்தி முறையில் வளர்ச்சி, வணிகத்தின் வளர்ச்சி, அரசு அதிகாரத்தின் தோற்றம், அறிவு - உடல் உழைப்புப் பிரிவினை, சமூகக் குழுக்களின் தோற்றம், தகவல் தொடர்பு சாதனங்களின் வளர்ச்சி, பண்பாட்டு வளர்ச்சி, பிற பண்பாடுகளின் உறவு போன்ற பல காரணங்களால் ஒரு சமூகத்தில் எழுத்தாக்கம் ஏற்படுகிறது.

ஒரு சமூகத்தில் எழுத்தாக்கம் பல்வேறு காரணங்களால் உருவாகிறது. அவற்றில் முக்கியமான காரணம் வாணிகத்தின் எழுச்சி ஆகும் என்பார் தொல்லியல் அறிஞர் முனைவர் இரா. பூங்குன்றன்.

வணிகம் அரசு ஆதரவோடு அமைப்பு ரீதியாக அகில இந்திய அளவில் முதன் முதலாக நடத்தப்பட்ட, காலம் சொகரின் ஆட்சிக்காலம் ஆகும். வர்த்தகத் தடங்களிலும், கரங்களிலுமாக அரசு ஆணைகளும், சமய நூல்களும், வர்த்தகத் தகவல்களும், பௌத்த மடங்கள் மூலமாக எழுதி வைக்கப்பட் டன. சமணப் பள்ளிகளும் அந்த காலத்துக்கு முன்பிருந்தே எழுத்தறிவின் மையங்களாகத் திகழ்ந்தன. அதற்கு பிராமி எழுத்து முறை பயன்பட்டது. அதை பிராமணர்கள் உருவாக்கவில்லை. அசோகர் காலத்து பிராமியும் ஒரே தன்மையைக் கொண்டிராது பல வட்டாரத் தன்மைகளைக் கொண்டதாகவே விளங்கியது. இவை வேறு வேறு மொழிகளின் வரி வடிவங்களாகப் பிற்காலத்தில் வளர்ச்சியடைந்தது.

அசோகர் காலத்துக்கும் முன்பே பழந்தமிழகத்தில் எழுத்து முறை உருவாகி விட்டதை சமீபத்திய அகழாய்வுகள் உறுதி செய்கின்றன. கொடுமணல், பொருந்தல் அகழ்வாய்வுகளும் பழந்தமிழகத்தின் பண்பாட்டு வளர்ச்சியை எடுத்துக் காட்டுகின்றன. இவை குறைந்த பட்சம் கி.மு.800 - கி. மு.500 வரையிலுமான காலத்தைச் சேர்ந்தவை. தமிழ் மொழியின் வரி வடிவ வரலாற்றின் துவக்கத்தை இதிலிருந்து அறியலாம்.

பெருங்கற்கால நினைவிடங்களில் காணப்படும் பண்பாட்டு வளர்ச்சியின் உயர்மட்டம் காரணமாக சங்க காலம் என்று அறியப்படும் காலப் பகுதியை இதிலிருந்தே தொடங்க முடியும். சங்க கால, காலப்பகுதி கி.பி.1-2ம் நூற்றாண்டு வரை நீடித்தது.

ஆதிச்சநல்லூர் பண்பாடு பிராமண - பௌத்த வருகைக்கு முந்தையது என்பதை யாரும் மறுக்க முடியாது. சங்க இலக்கியங்களில் ஆதிச்சநல்லூர்

இடம் பெறாமையால் இப்பண்பாடு கடைச்சங்க காலத்திற்கு முற்பட்டது எனலாம்.

பிராமணர்களோ, பிராமண வைதீகமோ தமிழகத்துக்குள் குடி பெயராத காலத்தில் - அசோகரின் வர்த்தகம் தமிழகத்தை எட்டிப் பார்க்காத காலத்தில் தமிழ்ச் சமூகத்தின் வளர்ச்சி தனக்கென தனியான எழுத்து முறையை உருவாக்கும் அளவுக்கு இருந்தது என்பதை உறுதியாகச் சொல்லலாம்.

ஹரப்பாவில் காணப்படும் எழுத்துக்கள் திராவிட மொழித்தன்மை கொண்டது என்று வீலர் போன்ற அறிஞர்கள் கூறுகின்றனர். ஆனால் தமிழகத் தில் கிடைக்கப் பெறும் பிராமி எழுத்துக்கள் ஹரப்பா எழுத்துக்களின் தொடர்ச்சி தான் என்பதை உறுதி செய்வதற்கான தொல்லியல் சான்றுகள் இன்று வரை கிடைக்கப் பெறவில்லை. அது கிடைக்கப் பெறும் வரை வீலர் போன்றவர்களின் கூற்று யூகக் கருத்தியல்தான்.

ஆனால், அசோகருக்கு முன்பே தமிழகம் தனக்குரிய எழுத்துமுறையை உருவாக்கிக் கொண்டு விட்டது என்பதை தொல்லியல் உறுதி செய்துள்ளது. இந்நிலையில் அசோகருக்கு முன் தமிழில் எழுத்தே இல்லை என்று தொல்லியல் அறிஞரான நாகசாமி அவர்கள் உரைப்பது பெரிதினும் பெரிதான பொய்யே ஆகும்.

6. பழந்தமிழகத்தில் சமயங்களும், சாதிகளும்

பழந்தமிழகத்தில் நான்கு வகை சாதி அமைப்பு நிலை நாட்டப்பட்டு விட்டதாகவும், உள்ளூர் நம்பிக்கையின் பொதுவான அம்சமாக வேதப்பலிகள் (வேள்விகள்) இருந்ததாகவும், சங்கப் பாடல்கள் சொல்வதாக நாகசாமி கூறுகிறார். சாதி அமைப்பும், புராணிய சமயமும் பழந்தமிழகத்திலேயே நிலைநாட்டப்பட்டு விட்டது என்பதை நிலைநாட்ட பிராமணர்களுக்கு எதிராக சில யூகப்பேர் வழிகள் எழுதியிருப்பதைக் கண்டிக்கவும் செய்கிறார். சில சர்வதேச யூகப்பேர்வழிகள் பழந்தமிழகத்தில் பிராமண புரோகிதர்கள் இல்லாமல் இருந்ததாலேயே தமிழ் வளர்ச்சி அடைந்தது என்று கூறுவதாகவும் சாடுகிறார். இந்த யூகப்பேர்வழிகள் யார் என்றெல்லாம் பெயர் குறிப்பிட்டு விவாதிக்க அவர் தயாரில்லை.

பழந் தமிழ்ச்சமூகம் பிராமணர்களுக்கு மதிப்பளித்த நால்வருண தருமத்தை ஏற்றுக் கொண்ட வேத சமூகத்தின் பிரிவு தான். அங்கு பிராமணர்களே தலைவர்களாகத் திகழ்ந்தனர். தர்ம சாத்திரங்களால் வழி நடத்தப்பட்ட கலப்பு சாதிகளும், பழந்தமிழகத்தில் இருந்தனர். வேத புராண கடவுள்களான இந்திரன், வருணன், விஷ்ணு(சேயோன்), குமரன், காமன், சிவன், பலராமன், ராமன், கிருஷ்ணன் (மாயோன்), துர்கை (கொற்றவை) போன்றவற்றையே அவர்கள் வணங்கினர். வேதங்களைப் பயில்வதற்கு அவர்கள் முக்கியத்துவம் கொடுத்தனர். 70 சதவிதம் ஆன தமிழ் மக்கள் வேதங்களையும், சமக்கிருத நூல்களையும் பயின்றனர். தனியான திராவிட வாழ்க்கை முறை நிலவியதற்கான சான்று எதுவுமில்லை. இந்தியாவின் பிற

பகுதிகளில் காணப்பட்டது போலவே (இங்கும்) பிராமண வாழ்க்கை முறை மட்டுமே நிலவியது. அந்த காலத்தில் இலக்கியத்திலோ இலக்கணத்திலோ இதற்கு மாறான கருத்தை ஆதரிப்பதைக் காண முடியாது. (பக்கம் 14-15)

சங்கப்பாடல்களில் வேத வேள்விகளே தமிழர் வாழ்வின் அங்கமாக குறிப்பிடப்படுகிறது. புகழ் பெற்ற எல்லா மன்னர்களும் வேத வேள்விகளை நடத்தியுள்ளனர். வேத வேள்விகள் குறித்த குறிப்பாக குறிப்பிடும் சங்க இலக்கியத்தில் பௌத்தம், சமணம் குறித்த குறிப்பு ஏதுமில்லை. இந்த இரண்டு சமயங்களையும் மன்னர்கள் ஆதரித்ததற்கான சான்று எதுவுமில்லை. தமிழ்நாட்டில் பௌத்தம் கீழ்நிலையிலேயே இருந்தது. அகழ்வாய்வுகளும் இதனை உறுதி செய்கின்றன. (பக்கம் 38, 40) என்று நாகசாமி மேலும் குறிப்பிடுகிறார். பிராமணர்களின் பண்பாட்டுக் குடிப்பெயர்ச்சி அகத்தியரால் துவக்கப்பட்டது என்கிறார் அவர்.

பிராமணர்களின் பண்பாட்டுக் குடிப்பெயர்ச்சி ஏற்பட்டு தமிழகத்தில் நால் வருண சமூக ஏற்பாடு நிலை நாட்டப்பட்ட பின்னரே சமணர்களும், பௌத்தர்களும் அசோகர் காலத்துக்குப் பின் வந்தனர் என்பது தான் நாகசாமியின் கொள்கை.

அறிஞர் நாகசாமியின் கூற்றுகளில் ஆராய்ச்சி ஏதுமில்லை. தமிழர் பண்பாட்டு வரலாறு குறித்த பிராமணிய விளக்கமே முன் வைக்கப்படுகிறது. சாதிமுறையை ஏற்றுக் கொண்டு தரும சாத்திரங்கள் அடிப்படையில் பிராமணத் தலைமையின் கீழ் தமிழர்கள் வாழ்ந்தார்கள் என்று கூறுவதன் மூலம் பிராமணியத் தலைமை சங்க காலத்திலேயே நிறுவப்பட்டு விட்டது என்கிறார் நாகசாமி. தமிழர்களுக்குத் தனி வாழ்க்கை முறை (திராவிட வாழ்க்கை முறை) எதுவுமில்லை என்று சொல்வதன் மூலம் ஒரு பிராமணிய அரசியலையும் நாகசாமி நடத்துகிறார்.

அறிஞர் நாகசாமி இரண்டு வரலாற்றுப் பிழைகளை முன் வைக்கிறார். முதலாவது, வருண சாதி ஏற்பாடு வேதத் தொடர்புடையது என்று கூறி அதற்கு ஒரு வரலாற்றுக்கு அப்பாற்பட்ட தொன்மையையும், புனிதத்தையும் ஏற்படுத்துகிறார். இரண்டாவது, வேத-தருமசாத்திரங்கள் அடிப்படையில் சமண- பௌத்த வருகைக்கு முன்பே பழந்தமிழகத்தில் நால் வருண சாதி முறை நிலைபெற்று விட்டது என்கிறார்.

வேதங்கள் கி.மு. 1500க்கு முந்தைய ஆரியப் பழங்குடியினரின் வழிபாட்டுப் பாடல்களின் தொகுப்புகள். இந்தியாவின் வடமேற்குப் பகுதிக்கு ஆரிய கால்நடை மேய்ப்பு குடிகள் வந்து சேர்ந்த போது அவர்களால் வேள்விச் சடங்குகளில் பாடப்பட்ட பாடல்கள் நான்கு வேதங்களாகத் தொகுக்கப் பட்டன. அந்த பாடல்களில் வேத கால ஆரியர்களின் சமூக முறை விளக்கப்படுகிறது.

வேத நூல் தொகுதியில் மூத்தது ரிக் வேதம். ரிக் வேதத்தில் வண்ணம் (வருணம்) அடிப்படையில் சமூக முறை விளக்கப்படுகிறது. ஆரிய - தாச வருணங்கள் விளக்கப்படுகிறது. நான்கு வருணம் என்ற சமூகப்பிரிவு ரிக் வேதத்தில் பின்னர் சேர்க்கப்பட்ட புருஷ சூக்தத்தில் மட்டுமே காணப்படுகிறது.

ஆரிய வருணத்தில் புரோகிதர்களும் (பிராமணர்) மாமன்னர்களும் (சத்திரியர்) ரிக் வேதத்தில் விளக்கப்படுகின்றனர். இவர்கள் கறுப்பு வண்ணத் தோலைக் கொண்ட தாசர் - தஸ்யுக்களோடு தொடர்ந்து போரில் ஈடுபட்டு வந்தனர். தாசர்கள் - தஸ்யூக்கள் ஆரியர் வருகைக்கு முன்பே அந்தப்பகுதியில் வாழ்ந்த பழங்குடிகள். தாசர்களை அடக்கி அவர்களை அடிமைப்படுத்தியதன் மூலம் ஆரியர்கள் உயர்ந்தவர்கள் என்ற தகுதியை அடைந்தனர்.

ஆரியச் சமூகம் ஆணாதிக்கச் சமூகம், அதன் கடவுளரும் ஆண் கடவுளர்களே, இந்திரன் போன்ற வேதக்கடவுளர் தாசர்-தஸ்யூக்களின் கோட்டைகளைத் தகர்ப்பதற்கான கடவுளாக போற்றப்பட்டனர். ஆரியர்களிடையே வேள்விச் சடங்குகள் நடத்தி மன்னர்களிடம் பரிசில் பெறும் புரோகிதர்களாகவே பிராமணர்கள் ரிக் வேதத்தில் விளக்கப்படுகின்றனர். ஆரிய சமூகத்தில் பிராமண சத்திரிய சமூகப்பிரிவே முதலில் நிலவியது. பிராமண புரோகிதர்கள் தாசராய் இருந்த மன்னர்களிடம் சென்று பரிசில் பெற்றதாக வேதங்கள் குறிப்பிடுகின்றன. ஆரியப் பழங்குடியிலிருந்து வைசியர்கள் (வேளாண்மை செய்வோர்) உருவாயினர். கால்நடை மேய்ச்சல் தொழிலில் இருந்து வேளாண் தொழிலுக்கு மாறும் சமயத்தில் இந்த சமூகப் பிரிவு நிகழ்ந்தது. சூத்திரர்கள் ஆரியரல்லாத அடிமைகளாக ஏற்கப்பட்டனர்.

இத்தகைய சமூகப் பிரிவு ரிக் வேதத்துக்குப் பிந்தைய வளர்ச்சியே ஆகும். ரிக்வேத சமூகம் முன்னிலை வருண சாதி சமூகமாகவே இருந்தது. பிற்கால வேதங்களில் தான் நான்கு வருணப் பாகுபாடு சொல்லப்படுகிறது. வருண அடிப்படையில் சடங்குகளின் உடமையாளர்களாக பிராமணர்களும் - சத்திரியர்களுமே கருதப்பட்டனர். பிராமண - சத்திரிய உரையாடலாகவே உபநிடதங்கள் விளங்குகின்றன. பிரம்மம் பற்றி அறிவைப் பெறுவதற்கான பூசல் இந்த இரு பிரிவினருக்கு மத்தியிலேயே நடைபெறுகிறது.

நான்கு வருண சாதி முறை வேளாண்மையின் விரிவாக்கத்தோடு படிப்படியாக வளர்ந்தது. அவை கி.மு.6-ம் நூற்றாண்டு தரும சாத்திரங்களில் விளக்கப்படுகின்றன. இந்த தரும சாத்திரங்கள் ஸ்மிருதிகள் என அழைக்கப்பட்டன. நாரதஸ்மிருதி, யாக்ஞயவல்யஸ்மிருதி, மனுஸ்மிருதி போன்ற பல ஸ்மிருதிகள் கி.மு.6-ஆம் நூற்றாண்டு தொடங்கி கி.பி. 4-ஆம் நூற்றாண்டு வரை இயற்றப்பட்டன. இந்த ஸ்மிருதிகள் சாதிய சமூக முறைக்கான விதிகளையும், கொள்கை

களையும் உருவாக்கின. ரிக் வேத வருண முறை சாதிமுறையாக வளர்க்கப்பட்டது. வருணக்கலப்பு நிராகரிக்கப்பட்டது. பிராமண மேலாண்மை நிறுவப்பட்டது. பல குலங்களைச் சேர்ந்த ஒரு வருண சாதி தூய்மை, தீட்டு, ஆணாதிக்கம், அகமணம் போன்றவற்றால் ஒருங்கிணைக்கப்பட்டது. இதற்கான கடமைகள் சாதி தர்மங்களாக போற்றப்பட்டு அது ஒவ்வொருவரின் சுதர்மமாக நிர்ப்பந்திக்கப்பட்டது. சூத்திரர்கள், சண்டாளர்கள் போன்றவர்கள் தூய்மையற்ற தீண்டத்தகாத சாதிகளாக உபநிடத காலத்துக்குப் பின் உருவாயினர். பிறப்பு அடிப்படையிலான தீண்டத்தகாத சமூக அடிமைச் சாதிகளின் உருவாக்கம் கி.மு. 6 ம் நூற்றாண்டுக்குப் பிறகு பெருகியது. பௌத்த பாலி நூல்கள் இதனை விளக்குகின்றன.

ஆரிய என்ற சொல் இன அடிப்படையைக் கொண்ட நிலையில் இருந்து பிராமண - சத்திரிய சாதிகளுக்கானது. இத்தகைய சாதியத்தின் வளர்ச்சியை அர்த்த சாத்திரம் விளக்குகிறது. சாதிகளின் அடிப்படையிலான சமூகப் பிரிவினை இந்திய நிலவுடமையின் தோற்றத்தோடு தொடர்புடையது. இந்திய சாதிமுறை குப்தர்கள் காலத்தில் முழுமையான வளர்ச்சியை அடைந்தது. வேதகாலத்தின் தொன்மங்கள் மூலமாக வளர்க்கப்பட்ட புராணங்கள் வருண சாதிமுறையை உறுதிப்படுத்தும் இலக்கியங்களாயின.

வருண சாதிமுறை என்பது வரலாற்று ரீதியாக உற்பத்தி முறையின் வளர்ச்சியின் காரணமாக பல மாற்றங்களுக்கு உள்ளாகியது என்பது அடிப்படை உண்மையாகும். இவை வட்டாரத்தன்மைக்கேற்ப பலவாறாக விளக்கப்பட்டன. எல்லா இடங்களிலும் நான்கு வருணங்கள் நிலை நாட்டப் படவில்லை. நான்கு வருணங்கள் என்ற எண்ணிக்கையைத் தாண்டியும் வருணங்கள் விளக்கப்பட்டன. குப்தர் காலத்திலும், பின்னரும் சாதிகள், உட்சாதிகள் பெருக்கம் வேளாண்மை சார்ந்த நிலப்பிரபுத்துவ சமூகமுறையின் வளர்ச்சியால் ஏற்பட்டது. இவை பிராமணிய நான்கு வருணசாதிமுறை என்ற கருத்தியல் தளத்தில் ஒன்றிணைக்கப்பட்டன.

வரலாற்று அறிஞர் நாகசாமி சாதி முறையின் வளர்ச்சியை வரலாற்றுப் பூர்வமாக அணுகாமல் சாதி அடிப்படையிலான சமூகமுறை வேதங்களில் இருந்தே காணப்படுவது தான் என்கிறார். இந்த வேதகால முறை தான் பழந்தமிழகத்தின் சமூக முறையாக பிராமணர்களால் உருவாக்கப்பட்டது என்கிறார். அதை 70 சதம் தமிழ் மக்கள் கடைப்பிடித்தனர் என்கிறார்.

பழந்தமிழகம் என்றறியப்படுவது சங்க இலக்கிய காலப்பகுதியே ஆகும். அது கி.மு. 3 முதல் கி.பி. 2 வரையிலுமான தமிழ்ச் சமூகத்தை விளக்குகிறது. அதற்கும் முன்னர் கி.மு. 1000 முதலே பல்வேறு பண்பாட்டுக் கூறுகளைக் கொண்டதாக பழந்தமிழகம் இருந்ததை பெருங்கற்காலப் பண்பாட்டு வாழ்விடங்கள் எடுத்துக்காட்டுகின்றன. சங்க இலக்கியங்கள் இனக்குழு

அழிவிலிருந்து வேளாண்மை சார்ந்த புதிய சமூக முறைமைக்கு மாறும் காலத்தையே இலக்கியப்படுத்துகின்றன. நகர் நாகரிகமும், வர்த்தகமும், அரசு ஆக்கமும் உருவாகிய மருதநிலப்பகுதியில் சமயம், தத்துவம், போன்றவை அமைப்பு ரீதியான வளர்ச்சியைப் பெற்றன. ஆனால் பழந்தமிழகத்தின் பெரும்பகுதி குறிஞ்சி, முல்லைப் பிரதேசங்களாகவே நீடித்தது. அங்கு வேளாண்மைக்கு முந்தைய இனக்குழு வாழ்க்கையே நிலவியது.

சங்கப் பாடல்களில் (1) இனக்குழு தொன்மப் புனைவுகள் (2) சமண-பௌத்த, ஆசீவகச் சமயங்கள் (3) வைதீக ஆரியச் சமயம் முதலியவை காணப்படுகின்றன. இவற்றில் ஆரியச்சமயம் நகரங்களைச் சார்ந்த வேந்தர் முதலிய உயர்குடிகளுக்கான வேள்விச் சடங்கு என்ற மட்டத்திலேயே காணப்படுகிறது. பரிபாடலில் மட்டும் உபநிடதங்கள் முன் வைக்கும் இறையியல் கோட்பாடுகள் சில காணப்படுகின்றன. பரிபாடல் சங்கப் பாடல் தொகுப்பில் காலத்தால் பிந்தையது என்பதை யாவரும் அறிவர்.

வேள்விச் சடங்கு செய்யும் புரோகிதர்களாகவே பிராமணர்கள் அறியப்பட்டுள்ளனர். பிராமணர்கள் மூலம் ஒரு சமூக முறையோ (நால்வருணம்) உபநிடத தத்துவமோ தமிழகத்தில் நுழைந்துவிடவில்லை. தமிழர் வாழ்க்கையின் சமூக ஏற்பாடு குடி வாழ்க்கை சார்ந்த திணை சமூகமாகவே இருந்தது. அதனடிப்படையிலேயே அகம், புறம் என்ற வாழ்க்கைப் பகுப்பு ஏற்பட்டது. சங்கப்பாடல்களில் அகம், புறம் ஆகியவற்றுக்கான உரிமையாளர்களாக திணை மனிதர்களே விளங்குகின்றனர். குடி பெயர்ந்து வந்த பிராமணர்கள் இதில் இல்லை. தமிழ்ச்சமூகத்தின் கட்டமைப்புக்கு வெளியே தான் அவர்கள் இருந்தார்கள்.

பழந்தமிழகத்தின் சமூகக் கட்டமைப்பு வருணசாதி அடிப்படையில் அமையவில்லை. மன்னர், வேந்தர், கிழார் முதலிய ஆட்சியாளர்களும் குடி அடிப்படையிலேயே அடையாளம் காணப்பட்டனர். நகரங்களில் தச்சர், கொல்லர், கைவினைஞர்கள், வர்த்தகர்கள், நிர்வாகிகள் போன்றவர்கள் இருந்தனர். பாணர், விறலியர் முதலிய அலைந்து திரியும் பகுதியினர் இருந்தனர். முல்லை, குறிஞ்சி, நெய்தல் திணை நிலைமக்கள் குடிகளாகவே இருந்தனர். இவர்களில் யாரும் வருணசாதி அடிப்படையில் அறியப்படவில்லை. கி.பி.5-ஆம் நூற்றாண்டு வரை வருணசாதி தமிழகத்தில் தோன்றவும் இல்லை. சிலப்பதிகாரம், மணிமேகலை காப்பியங்கள் வருண சமூகத்தைக் குறிப்பிடவும் இல்லை.

தமிழகத்தில் வருண அடிப்படையிலான சாதிமுறை ஒரு சமூக அமைப்பாக உருப்பெற்றது பல்லவர் காலத்தில் தான். பல்லவர்கள் வேளாண்மையை விரிவுப்படுத்தி நிலம் சார்ந்த புதிய சமூக உற்பத்தி முறை ஒன்றை ஊக்குவித்தனர். புராண வைதீகத்தின் அடிப்படையில் குடிகள் சாதிகளாக மாற்றம் பெற்றன. அப்போதும் கூட வட இந்திய நான்கு வருணப்

பகுப்பு முறை அப்படியே இங்கு பதிவிறக்கம் செய்யப்படவில்லை. சத்திரியர், வைசியர் என்ற வருண சாதிகள் தென்னிந்தியாவில் இன்றுவரை இல்லை. பூசலிடும் தொல்குடிகள் வேளாண் தொழிலுக்கு மாற்றப்பட்ட போது அவர்களுக்கு சத்திரிய சாதி அடையாளம் கொடுக்கப்பட்டது. அவர்களின் குடிப்பண்புகள் சாதியோடு இணைக்கப்பட்டது. தமிழகத்தின் சாதி தோற்றத் தின் சிறப்பம்சங்களில் இதுவும் ஒன்று.

தமிழர் பண்பாட்டில் ஆரியரது வருகைக்கு முந்தைய தொன்மங்கள் வளமையை அடிப்படையாகக் கொண்ட தாய் தெய்வங்களாகவே இருந்தன. அணங்கு, முதுமகள், மூத்தோள் போன்றவை அவற்றில் சில. ஆரியர்களின் வருகை வைதீகம் சார்ந்த புராணத் தொன்மங்களைக் கொண்டு வந்தது. இந்த தொன்மக் கடவுள்கள் அரசவை சார்ந்த வேள்வி முறை பற்றியதே ஆகும். இந்த இருவகைத் தொன்மங்களும் சங்கப் பாடல்களில் காணப்படுகின்றன. புராண வைதீகத் தொன்மங்கள் அரசர் சார்ந்த பாடல்களில் மட்டுமே காணப்படுவது குறிப்பிடத்தக்கது.

பழந்தமிழ் மன்னர்கள் ஒரு அரசு சமயத்தை கடைப்பிடிக்கவில்லை. அதற்கான அவசியமும் அப்போது ஏற்படவில்லை. சமணம், பௌத்தம், ஆசீவகம் முதலிய அறிவு சார்ந்த - அறநெறி போன்றிய சமயங்களைப் பெரிதும் ஆதரித்தனர். அந்தச் சமயங்கள் அரசு முறைகளில் தலையிடவும் செய்தது. ஔவையார் புத்த சமயத்தைச் சார்ந்தவர். அவர் இயற்றியப் பாடல்களில் தம்மபதத்தின் சில பாடல்களில் காணப்படும் கருத்துக்களை பிரதிபலிக்கின்றன. ஔவையார் போன்று அரசு தொடர்புடைய பௌத்த சமயம் ஆதரிக்கப்பட்ட அதே போதில் வைதீக வேள்விகளையும் மன்னர்கள் நிராகரிக்கவில்லை. வேள்விச் சடங்குகளின் புரோகிதர்களாக பிராமணர்கள் இருந்தனர். அவர்களைப் பார்ப்பார், பார்ப்பனர், அந்தணர் என சங்கப் பாடல்கள் குறிப்பிடுகின்றன.

வரலாற்றில் வேதச்சார்புடைய புரோகிதர்கள் மட்டும் இவ்வாறு அழைக்கப்படவில்லை. சமண-பௌத்த அறிஞர்களும் அந்தணர், பார்ப்பனர் என அழைக்கப்பட்டனர். இந்த பழக்கம் கி.பி. 8-ம் நூற்றாண்டு வரை நீடித்தது. திக்நாகர், தருமகீர்த்தி, அகளங்கர், ஜெயராசி பட்டர் போன்ற வேத எதிர்ப்பு சமண-பௌத்த-உலகாயத அறிஞர்களும் அந்தணர் என்றே அழைக்கப்பட்டனர். அவர்கள் சமக்கிருதத்தில் மிகச்சி றந்த ஆற்றல் கொண்டவர்களாகவும் விளங்கினர். அந்தணர் என்போர் அறவோர் என்று குறிப்பிடுவதன் மூலம் தமிழ் மரபு சமண பௌத்தம் அறம் போதித்தவர்களை அந்தணர்களாக ஏற்றுக் கொண்டதை அறிய முடிகிறது. தமிழ்ச்சமூகம் உருவாக்கிக் கொண்ட அறம் சமணம் பௌத்தம் சார்ந்தது. வேத வேள்வி சார்ந்த பிராமணர்களுக்கும் அறத்துக்கும் எந்த தொடர்பும் இல்லை.

சங்கப்பாடல்களில் குறிப்பிடப்படும் பார்ப்பனர், அந்தணர் முதலியோர் வேத வேள்வி சார்ந்தவர் எனவும், வேத வேள்வி சாராத சமண - பௌத்த அறிஞர் எனவும் பிரித்து அறியப்பட வேண்டும். சங்கப்பாடல்களை ஆராயும்போது அவற்றின் உள்ளடக்கத்தையும், அதில் வரும் சொற்றொடரின் வருமிடத்தை (Context)யும் கவனத்தில் கொள்ளாமல் அந்தணர் என்று வந்ததாலேயே அது வேத வேள்வி பார்ப்பனர் தான் என்று பொருள் கொள்வது பிழையாகவே முடியும்.

வேள்வி என்பது பலி பற்றியது. சமணம் / பௌத்தம் பலியை மறுப்பது. எனவே வேள்வியை மறுத்தே அவை அறம் பேசின.

அவி சொரிந்தாயிரம் வேட்டலின் ஒன்றன்
உயிர் செகுத்துண்ணாமை நன்று - குறள் 259

சங்கப் பாடல்களுக்குப் பிறகு தோன்றிய திருக்குறளை அறிஞர் நாகசாமி ஆராய மறந்துவிட்டார் போலும்.

சங்கப்பாடல் தொகுதியில் நால்வருண சாதி அமைப்போ, தரும சாத்திரங்கள் வலியுறுத்தும் சாதிய தருமங்களோ காணப்படவில்லை. அங்கு வைதீக எதிர்ப்புச் சமயங்களே வலுவாக இருந்தன. மதுரைக் காஞ்சியும், பட்டினப்பாலையும் இதனை உறுதிப்படுத்துகின்றன.

பாண்டியன் நெடுஞ்செழியன் கல்வியின் பெருமை பற்றி பாடிய பாடலில் வேற்றுமை தெரிந்த நாற்பால் என்று குறிப்பிடப்படுகிறது. இதனை நால் வருணம் என்று கொள்வது பிழையாகவே முடியும். கீழ்பால் ஒருவன் கற்பின் மேற்பால் ஒருவன் அவன் கட்படுமே என்ற கருத்து வைதீகம் ஏற்காதது. தருமசாத்திரங்கள் நான்காவது வருணமான சூத்திரனுக்கு கல்வியை மறுக்கிறது என்பதை இங்கு கவனத்தில் கொள்ள வேண்டும். பால் என்பது வேறுபட்ட திணை வாழ்வினைச் சார்ந்தது என்பதைக் கொள்ளவே இடமிருக்கிறது. பழந்தமிழகத்தின் எல்லா திணை வாழ்விலும் கல்வி போற்றப்பட்டது என்பதை சங்கப்பாடல்கள் வழியாகவே அறிய முடியும்.

சங்கப்பாடல்களை மட்டும் வைத்துக் கொண்டு நால் வருணமே தமிழ்ச் சமூகத்தின் சமூக முறை என சொல்வதற்கில்லை என்பதை நன்றாக அறிந்து கொண்ட நாகசாமி அவர்கள் தொல்காப்பிய ஆய்வுக்குள் நுழைகிறார். தமிழின் முதல் இலக்கண நூலான தொல்காப்பியம் சாதி முறையையே விதியாக்குகிறது என்று நிலை நாட்ட தனது ஆய்வை விரிவுபடுத்துகிறது.

7. தொல்காப்பிய ஆராய்ச்சி - 1

அறிஞர் நாகசாமி அவர்கள் தமிழ் செம்மொழித் தகுதியைப் பெற்றதற்குக் காரணம் அது மகிழ்வோடு சமக்கிருதத்தை ஏற்றுக் கொண்டதால் தான் என்று நூலின் முன்னுரையிலேயே குறிப்பிடுகிறார். அதற்காக அவர் தொல்காப்பிய ஆராய்ச்சியை விரிவாக நடத்துகிறார்.

தொல்காப்பிய கட்டமைப்பும், உள்ளடக்கமும் வேதம் மற்றும் தரும சாத்திரங்கள் சார்ந்ததே என்கிறார். தொல்காப்பியம் வேத மரபினையே பல இடங்களில் பின்பற்றுகிறது. வேதமரபான கல்ப சூத்திரங்களில் இருந்தே கற்பு பெறப்பட்டது. களவு வாழ்க்கையிலிருந்து விடுபட்டு கரணம் மூலமான கற்பு வாழ்க்கைக்கு மாறும் பண்பாட்டு நிகழ்வு (Civilising Process) தமிழ்நாட்டில் வேத பிராமணர்களிடமிருந்தே பெறப்பட்டது.

தொல்காப்பியத்தின் எழுத்ததிகாரம் குறிப்பிடும் மாத்திரை வேத உச்சரிப்பு அடிப்படையிலால் ஆனதே. ஒவ்வொரு ஒலியின் தோற்றமும் வேத மரபில் தெளிவாக உச்சரிக்கப்பட்டுள்ளது. சொல்லதிகாரம் குறிப்பிடும் பல சொற்களும் சமக்கிருதத்தில் இருந்து பெறப்பட்டதே ஆகும். பொருளதிகாரம் முழுவதும் சமக்கிருத இலக்கியத் தின் அடிப்படையில் ஆனதே ஆகும். தொல்காப்பியத்தில் குறிப்பிடப்படும் அகத்திணை, புறத்திணை போன்றவை பரத முனிவர் இயற்றிய நாட்டிய சாஸ்திரத்தை அடியொற்றியதே.

நாட்டிய சாஸ்திரத்தில் குறிப்பிடப்படும் கிரி, வனம், வர்ஷா, நகரம் ஆகியவையே குறிஞ்சி, முல்லை, மருதம், நெய்தல் என்று தொல்காப்பியத்தில் விளக்கப்படுகிறது.

வேத சமக்கிருதம், நாட்டிய சாஸ்திரம் ஆகியவற்றின் அடிப்படையில் அமைந்ததே தமிழரின் முதல் இலக்கண நூலான தொல்காப்பியம் என்பதை நிறுவ அவர் நச்சினார்க் கினியரின் உரையை அடிப்படையாகக் கொள்கிறார். பல பக்கங்களில் தனது ஆய்வை விரிவுப்படுத்தி இறுதியில் தமிழர்களின் பண்பாடு பிராமணர்கள் மூலமாகப் பெறப்பட் டது தான், அதனைத் தாண்டிய திராவிடப் பண்பாடு என்ற ஒன்றில்லை என்ற முடிவுக்கு வந்து தமிழர்களைப் பிராமணியம் நாகரிகப்படுத்தியதாகச் சொல்லி மகிழ்கிறார்.

அறிஞர் நாகசாமியின் தொல்காப்பிய ஆராய்ச்சியின் உள் விவரங்களுக்கு போவதற்கு முன்னால் தமிழ் மொழியின் இலக்கணங்களின் வரலாற்றை சிறிது அறிய வேண்டியுள்ளது.

தமிழ் மொழிக்கான இலக்கணம் வகுப்பதில் சமணர்களும், பௌத்தர்களுமே பெரும் பங்காற்றியுள்ளனர்.

தொல்காப்பியம், நன்னூல், நேமிநாதம் போன்ற இலக்கண நூல்கள் சமணர்களால் இயற்றப்பட்டது. வீரசோழியம் புத்தமித்திரர் என்ற பௌத்தரால் இயற்றப்பட்டது. தமிழ் இலக்கண நூல்களில் இறையனார் அகப்பொருள் (கி.பி.10 நூற்றாண்டு) மட்டுமே சைவம் சார்ந்த வைதீகக் கொள்கையை அடிப்படையாகக் கொண்டது. அதுவும் சமண/பௌத்த இலக்கணக் கொள்கையை அடியொற்றியே இயற்றப்பட்டது. ஆயினும் சிவன், அகத்தியர் போன்ற தொன்மங்களோடு தமிழ் இலக்கணத்தின் தோற்றத்தை அது இணைத்தது. வேத அடிப்படையிலான சமக்கிருதம் சார்ந்த இலக்கண நூலை எழுதியவர் 17ஆம் நுற்றாண்டைச் சேர்ந்த சுப்பிரமணிய தீட்சிதர் தான். தமிழ் மொழியின் இலக்கணத்தை உருவாக்குவதில் பிராகிருதத்தோடு சமக்கிருதத்தை இணைத்தவர்கள் மகாயான பௌத்தர்களே. தமிழில் காணப்படும் சமக்கிருதம் முதலில் பௌத்தம் வழியிலான சமக்கிருதமாக இருந்து பின்னர் பிராமண வைதிக சமக்கிருதமாக மாறியது.

தொல்காப்பியத்துக்கு உரை எழுதியவர்களில் கி.பி.10-ஆம் நூற்றாண்டைச் சேர்ந்த இளம்பூரணர் பாணினியிலிருந்து தொல்காப்பியர் வேறுபட்ட இலக்கணத்தை வழங்கியதாகக் குறிப்பிடுகிறார். பொருளதிகாரத்து க்கு உரை எழுதிய பேராசிரியர் தமிழின் கட்டமைப்பைப் புரிந்து கொள்ள பிராகிருமோ, சமக்கிருதமோ போதுமானவையல்ல என்கிறார். கி.பி. 14ஆம் நூற்றாண்டைச் சேர்ந்த சேனாவரையர் தொல்காப்பியம் பாணினி மரபைச் சார்ந்தது இல்லையென்றாலும் அது ஐந்திரம் முதலிய சமக்கிருத மரபைப்

பின்பற்றியதாக என குறிப்பிடுகிறார்.

தொல்காப்பியத்தை பிராமணிய சமூக முறையோடு இணைத்து விளக்கியவர் நச்சினார்க்கினியர் (கி.பி.14 நூற்றாண்டு). அவர் மதுரையில் பிறந்த பரத்வாச கோத்திரத்தைச் சேர்ந்த ஸ்மார்த்த பிராமணர், சைவர். பழந்தமிழ் நூல்களுக்குப் பிராமணிய வழியில் உரைக் கண்டவர். சேனா வரையர் சமக்கிருதத்தில் புலமை வாய்ந்தவர். நச்சினார்க்கினியருக்கு அத் தகைய புலமை இல்லையாயினும் வேதத்தைச் சார்ந்ததே தொல்காப்பியம் என எழுதினார். புறத்திணை இயலில் (75 ஆம் நூற்பா) இருக்கு, யசூர், சாமம் ஆகிய வேதங்களே முதல் நூல்கள் என்றும், தொல்காப்பியம் இடைநூல் எனவும் எழுதினார். பிராமணிய கண்ணோட்டத்தின் அடிப்படையிலேயே சங்க இலக்கியங்களையும் அவர் பார்த்தார். இதற்கு மாற்று கருத்தை அவர் ஏற்றதே இல்லை. தொல்காப்பியத்துக்கு 18- ஆம் நூற்றாண்டில் உரை கண்ட சிவஞான முனிவர் சேனாவரையரை ஏற்றுக் கொண்டார். நச்சினார்க்கினியர் செருக்கும் பிடிவாதமும் உடையவர் எனச் சாடினார்.

தமிழ் இலக்கண வளர்ச்சியில் இருவகையான சமக்கிருத உறவு தமிழுக்கு ஏற்பட்டதை வரலாறு உறுதிப்படுத்துகிறது. முதலாவது, பௌத்த சமக்கிருதத்துடன் ஆன தமிழ் உறவு. அது வேதங்களையும், பிராமண சனாதனத்தையும், வைதீக அப்பாலை இயலையும் ஏற்கவில்லை. சமக்கிருதத் தின் வளர்ச்சியில் காப்பிய வகை முதலில் மகாயான கவிஞரான அஸ்வகோஷ் புத்த சரித்திரம் எழுதியதன் மூலமாகவே ஏற்பட்டது. எழுத்து, சொல், பொருள், யாப்பு, அணி என்ற ஐந்து வகை இலக்கண மரபைத் தமிழுக்குக் கொண்டு வந்தது வீரசோழியம். வீரசோழியம் தனது நூலில் எங்குமே பிராமணிய வைதீகத்தை ஆதரித்து விளக்கம் அளிக்கவில்லை. பௌத்த கொள்கையை அடிப்படையாகக் கொண்டே வீரசோழியம் அமைந்தது. இரண்டாவது, பிராமணிய வைதீகம் சார்ந்த சமக்கிருதத்துடன் ஆன தமிழ் உறவு, இந்த உறவு தமிழகத்தில் பல்லவர் காலத்தில் துவங்கியது. தமிழகத்தில் சாதிமுறை அதனைத் தொடர்ந்து நிலைநாட்டப்பட்டது. சோழர்கள் ஆட்சியில் உயர்சாதியாக பிராமணர்கள் அரசு பூர்வமாக ஏற்கப்பட்டு கோயில் வழிபாடு களில் சமக்கிருதம் போற்றப்பட்டது. 10-ஆம் நூற்றாண்டு வரையிலுமான பக்தி இயக்கமும் தமிழையே போற்றியது. சோழப் பேரரசு தொடங்கியே சமக்கிருத மேலாண்மை அரசு நிர்வாகத்தில் நுழைந்தது. புதிய நிலவுடமை சாதிய சமூக முறைக்கு ஏற்ற வைதீகச் சமயத்துக்கான தமிழாக தமிழைக் காட்டும் நோக்கிலேயே நச்சினார்க்கினியர் தொல்காப்பியத்துக்கு உரை கண்டார்.

தமிழ் இலக்கண மரபிலும் உரை மரபிலும் காணப்படும் இந்த வரலாற்று வளர்ச்சியை கவனத்தில் கொள்ளாமல் தொல்காப்பிய ஆராய்ச்சியை நடத்த முடியாது. தொல்காப்பியர் காலம் தமிழ்,

சமக்கிருதம், பிராகிருதம் முதலிய பல மொழிகளோடு தொடர்புடைய காலமாகும். அது வேத சமக்கிருதம், சமண - பௌத்த சமக்கிருதம் என்ற இரண்டோடும் உறவு கொண்டது. வேறுபட்ட வட்டார வழக்குகளாக விளங்கிய தமிழின் திசைச் சொற்களையும், திரி சொற்களையும், வட சொற்களையும் ஒருங்கிணைத்து தமிழுக்கான இலக்கணம் வகுத்தது தொல்காப்பியம். அது அக்கால சமூகத்தின் வாழ்நிலையைப் படம் பிடித்துக் காட்டும் வரலாற்று ஆவணமாகவும் திகழ்கிறது.

நச்சினார்க்கினியரின் தொல்காப்பிய உரையை அடிப்படையாகக் கொண்டு மட்டுமல்லாது நாட்டிய சாஸ்திரம் என்ற நூலையும் அடிப்படையாகக் கொண்டு அறிஞர் நாகசாமி தொல்காப்பிய ஆராய்ச்சியை நடத்துகிறார்.

நாட்டிய சாஸ்திரம் என்ற நூல் நாடகம், நடனம், இசை பற்றிய சமக்கிருத நூல். அதனை இயற்றியவர் பரதமுனிவர் என்பர். அந்த நூல் கி.மு. 2 நூற்றாண்டு முதல் கி.பி. 3 நூற்றாண்டு வரையிலுமான காலத்தில் எழுதப்பட்டது என்பதற்கான பல ஆய்வுகள் உள்ளன. வேதக்கடவுளான பிரம்மன் பரத முனிவருக்குச் சொல்லி பரதமுனிவர் எழுதிய நூலே நாட்டிய சாஸ்திரம் என்ற தொன்மம் அந்த நூலின் முதல் சூத்திரத்தில் கட்டமைக்கப்பட்டுள்ளது. ஆனால் பரத முனிவர் என்ற ஒருவர் ஏதோ ஒரு குறிப்பிட்ட காலத்தில் இந்த நூலை எழுதினார் என்பதை ஆய்வாளர்கள் ஏற்பதில்லை. அது பல நூற்றாண்டுகளாக பலராலும் உருவாக்கப்பட்ட நாடகம், நாட்டியம், இசை, பற்றிய ஒரு நூலே என்பது தற்போது ஒப்புக் கொள்ளப்பட்டிருக்கிறது. நாட்டிய சாஸ்திரம் பிராமணிய வைதீகக் கட்டமைப்பை முழுமையாக கி.பி.10-ஆம் நூற்றாண்டிலேயே பெற்றது.

இந்திய வரலாற்றில் மகாயான பௌத்தம் இந்திய (அப்பாலை இயலுக்கும்) கலை வடிவங்களுக்கும் பெரும்பங்காற்றியுள்ளது. கதை, நாடகம் வழியாக சமயக் கருத்துக்களைப் பரப்பியது மகாயானமே ஆகும். பௌத்த ஜாதக் கதைகளும், புத்த சரித்திரமும் இதற்கு சான்று பகர்வன. அது பழங்குடி மக்களின் நம்பிக்கைகளையும், கலை வடிவங்களையும், கதைகளையும் ஒன்றிணைத்தது. அதனைத் தொடர்ந்தே குப்தர்கள் காலத்தில் புராண வைதீகம் சாதிய சமயமாக எழுச்சி பெற்றது.

குப்தர்கள் காலத்தில் எழுதப்பட்ட புராணங்கள் வேதக் கடவுள்களின் கதையை புதிய கதைகளோடு சேர்த்து புதிய தொன்மக் கதைகளை உருவாக்கின. அவை சாதிய-சனாதன அடிப்படையிலான சமூக முறை ஒன்றைப் போற்றின. சமணம், பௌத்தம் முதலிய சமயங்கள் வளர்த்த கலை வடிவங்கள், வழிபாட்டு வடிவங்களையும் தமதாக்கிக் கொண்டன. அதனடிப்படையிலேயே நாட்டிய சாத்திரம் எழுதப்பட்டது. வாயு

புராணத்தில் 30 அலங்காரங்கள் கூறப்படுகின்றன. ரஸங்கள், யாப்பு வடிவங்கள் முதலியவை நாட்டிய சாத்திரத்தில் இணைக்கப்பட்டன.

கி.பி.4-ஆம் நூற்றாண்டுக்குப் பிறகு குப்தர்களின் ஆட்சி வீழ்ந்தது. அதனைத் தொடர்ந்து கி.பி.600 கி.பி. 1000 வரை வட்டார அளவிலான கோயில் சார்ந்த சனாதன நிலவுடமை, நிறுவன அடிப்படையிலான நிலவுடமை அரசுகள் தோன்றின. இந்த நூற்றாண்டு களில் தென்னிந்தியாவிலும், வட இந்தியாவிலும் பக்தி இயக்கம் வளர்ந்து நடனம், இசையை பக்திக்குரிய கருவியாக்கியது. கி.பி. 10-ஆம் நூற்றாண்டில் மொழி அடிப்படையிலான இசை இயக்கமே நடந்தது. கோயில் வழிபாட்டு முறைகளில் இசை, நடனம், நாடகம் முதலியவை முக்கிய இடம் பெற்றன. அவற்றுக்கு அரசு ஆதரவும் அளித்தது. இவை நாட்டிய சாஸ்திரம் என்ற நூலின் அடிப்படையில் அமைந்திருப்பதாகவும் விளக்கப்பட்டது. தமிழகத் தில் பல்லவர் காலம் தொடங்கி சோழர்கள் காலம் வரை கோயில் நிறுவன ஏற்பாட்டில் நாட்டிய சாஸ்திரம் முக்கிய இடத்தைப் பெற்றது. சைவ ஆகமங்களும், இசை முறைகளின் வளர்ச்சியும் வளர்க்கப்பட்டன. இசைக்கும், நாட்டியத்துக்குமான கடவுள்களாக சிவனும், பார்வதியும் போற்றப்பட்டனர்.

கி.பி. 4 முதல் 10 வரையிலான நூற்றாண்டுகளில் ஏற்பட்ட பல இசை, நடன, நாட்டியக் கோட்பாடுகளை ஒரு நூலாகக் கொண்டதே நாட்டிய சாஸ்திரம். நாட்டிய சாஸ்திரத்தில் உள்ள கருத்தமைவுகளின் அடிப்படையிலேயே தொல்காப்பியம் கட்டமைக்கப்பட்டுள்ளதாக கூறுகிறார். அதற்காக, அவர் நாட்டிய சாஸ்திரத்தின் காலத்தை வேத காலத்துக்குள் தள்ளுகிறார். தொல்காப்பியத்தின் காலத்தை பலவாறு குறிப்பிட்டு ஒருவாறு கி.பி. 3-ஆம் நூற்றாண்டு என்கிறார். அவர் கூற்றுப்படியே கி.பி. 3-ஆம் நூற்றாண்டு இலக்கண நூல் கி.பி. 4-10 ஆம் நூற்றாண்டுகளில் உருவான பரதத்தின் நாட்டிய சாஸ்திரத்தின் கருத்தமைவை எவ்வாறு கொண்டிருக்க முடியும்?

தொல்காப்பியர் காலம் பற்றிய மதிப்பீடு தனித் தமிழ்ப் பற்றாளர்களால் கி.மு. 14 நூற்றாண்டு என்று கூட குறிப்பிடப்படுகிறது. அது போன்ற மதிப்பீடுகள் அறிவியல் பூர்வமான சோதனைகளுக்கு உட்பட்டவை அல்ல அவை விருப்ப அடிப்படையிலானவை.

தொல்காப்பியத்தின் உள்கட்டமைப்பு திணை வாழ்க்கை முறையையும், அரசு ஆக்கச் சமூகத்தின் வேறுபாடுகளையும் விளக்குகிறது. அப்படியான காலம் சங்கப் பாடல்களுக்குப் பிந்தைய காப்பியங்களுக்கும் முந்தைய காலமாகும். அது கி.பி. 1-2 நூற்றாண்டுகளாக இருக்கலாம் தொல்காப்பியம் கூறும் சமூக நிலை இதனையே உறுதிப்படுத்துகிறது. அறிஞர் நாகசாமியின் தொல்காப்பிய ஆய்வை இதனடிப்படையில் இனி பரிசீலிக்கலாம்.

௭. தொல்காப்பிய ஆராய்ச்சி -2

தொல்காப்பியத்துக்கும் சமக்கிருதத்துக்குமான தொடர்பு குறித்த ஆய்வுகள் 19-ஆம் நுற்றாண்டிலேயே துவங்கியது. 1875-ஆம் ஆண்டு பர்னல் தொல்காப்பியம் பாணினியத்துக்கு முந்தைய ஐந்திர மரபோடு தொடர்புடையது என்றார். அவர் காதந்திரம் என்ற சமஸ்கிருத இலக்கண நூலையும், காச்சாயனரின் பாலி இலக்கண நூலையும் ஒப்பிட்டு ஆராய்ந்து அவை மூன்றும் பாணினிக்கு முந்தையது என்றார்.

இதற்கு மாறாக சுப்பிரமணிய சாஸ்திரி சமக்கிருத இலக்கண நூல்களைச் சார்ந்தே தொல்காப்பியம் இயற்றப்பட்டது என்று 1940-களில் எழுதினார். அவரைத் தொடர்ந்த **வையாபுரிப்பிள்ளை, கமில் சுவலபில், நாராயணன், லக்குவனார், அகத்தியலிங்கம், மீனாட்சி, சண்முகம், நாச்சிமுத்து** போன்ற பலரும் தொல்காப்பியத்துக்கும், சமக்கிருத இலக்கண மரபுக்கும் இடையிலான தொடர்பு குறித்து ஆராய்ந்துள்ளனர்.

தொல்காப்பியம் சமக்கிருத மரபையே சார்ந்தது என்பதை நிறுவ மொழியியல் சார்ந்த வரலாற்று வளர்ச்சியை கவனத்தில் கொள்ளாமல் தொல்காப்பியத்தில் காணப்படும் சில வடசொல் வழக்குகளை எடுத்துக் கொண்டு ஒப்பீட்டு சொல்லாய்வை மட்டும் நடத்தியவர் சாஸ்திரி ஆவார். சாஸ்திரியின் ஆய்வு பெரிதும் தற்போது மறுக்கப்பட்டுவிட்டது.

சாஸ்திரியின் ஆய்வை மறுபடியும் தூசி தட்டு எடுத்துக் கொண்டு தமிழ் சமக்கிருத மரபைச் சார்ந்தது என்கிறார் அறிஞர் நாகசாமி.

தொல்காப்பியக் கட்டமைப்பு பற்றிய ஆய்வுகள் இதனைத் தெளிவாக மறுத்துள்ளன. வேதங்களின் ஒலிக்கு பாணினி இலக்கணம் கண்டார். அவரது இலக்கணம் சொல் பற்றியது மட்டுமே. தொல்காப்பிய இலக்கணமோ சொற்றொடர் பற்றியது.

தொல்காப்பிய கட்டமைப்பின் மிக முக்கியமான கூறு திணைக் கோட்பாடு ஆகும். திணை எனில் பாகுபாடற்ற நிலையில் அமைந்த கூட்டம் (தொகுதி) எனலாம். சொல்லதிகாரத்திலும், பொருளதிகாரத்திலும் திணைக் கோட்பாடு முன்வைக்கப்படுகிறது. புவிசார் வேறுபாடுகளைக் கணக்கில் கொண்ட இலக்கணம் தொல்காப்பியத்தில் விளக்கப்படுகிறது. திணை பகுப்பு முறையே சமக்கிருதத்தில் இல்லை .

தமிழ் ஒலிக்கு உரிய எழுத்து உருவாக்கத்தை விளக்குவது தொல்காப்பியத்தின் சிறப்பு ஆகும். தொல்காப்பியர் குறிப்பிடும் மாத் திரைகள் பாணினியை அடியொற்றியது அல்ல. பாணினி எழுத்துக்கான தோற்றுவாய் குறித்து பேசவே இல்லை. பேச்சு ஒலியின் தோற்றம் குறித்து அது குறிப்பிடுவதில்லை.

பெயர்ச்சொல்லின் வகைப்பாடு பாணினியில் இல்லை. தொல்காப்பியம் பெயர்ச்சொல்லின் வகைப்பாடுகளை விளக்குகிறது. முறைப்பெயர், மரபுப்பெயர், எண்ணுப்பெயர், போன்ற பெயர்ச்சொல் வகைப்பாடுகள் வினையோடு இணைக்கப்பட்டே தொல்காப்பியத்தில் விளக்கப்படுகிறது. வினை அறிதலுக்கான அடிப்படை என்பதை சொல்லதிகாரம் விளக்குகிறது.

இயற்கைப் பொருளை இற்றெனக் கிளத்தல் (502)

செயற்கைப் பொருளை ஆக்கமொடு கிளத்தல் (503)

ஆக்கம் தானே காரண முதற்றே (504)

ஆகிய நூற்பாக்கள் வினையின் மூலமாக அறிதல் என்ற அறிதல் கொட்பாட்டை முன் வைக்கிறது. வினை காலத்தோடும், கருவியோடும் தொடர்புடையது பெயர்ச்சொல்லுக்குக் காலம் இல்லை என்கிறது தொல்காப்பியம்.

பெயர்நிலைக் கிளவி காலம் தோன்றா

தொழில்நிலையெங்கும் ஒன்றலங்கடையே (554)

வினையை அடிப்படையாகக் கொண்டதே தமிழின் சொற்றொடர் அமைப்பு. வினையை நிலம், காலம் என்னும் அளவையால் (565) விளக்கும் தொல்காப்பியம் பால் வேறுபாட்டையும் (656) வினையோடு தொடர்புப்படுத்தியே விளக்குகிறது.

தொல்காப்பியத்தின் மெய்யியல் கோட்பாடு இதிலிருந்தே உருவாகிறது.

அது சமண-பௌத்த வினைக் கோட்பாட்டின் அடிப்படையிலேயே அமைந்துள்ளது. ஐந்தாம் வேற்றுமையைக் குறிப்பிடும்போது (562) அறிதல் நிலையின் பல நிலைகள் விளக்கப்படுகின்றன. அவற்றில் பற்று விடுதலும் ஒன்று. வேத உபநிடதங்களில் பற்று விடுதல் எங்கும் குறிப்பிடப்படவில்லை. பற்று விடுதல் சமண - ஆஜீவக - பௌத்த மெய்யியல் மூலமாகவே இந்திய மெய்யியலுக்குள் நுழைந்தது. **வினையின் நீங்கி விளங்கிய அறிவு (1593) ஒன்றறிவதுவே உற்றறிவதுவே (1528)** ஆகிய நூற்பாக்கள் சமண - பௌத்த நிலை நின்றே இயற்றப்பட்டுள்ளன. நிலையாமை பற்றிய மெய்யியல் கண்ணோட்டம் (நில்லா உலகம் புல்லிய நெறித்தே) இந்த அடிப்படையிலேயே தொல்காப்பியத்தில் விளக்கப் பட்டுள்ளது.

தொல்காப்பிய மெய்யியலில் இனக்குழு நம்பிக்கைகள், முன்னிலை உலகாயதம், சமண பௌத்தக் கொள்கையியல் ஆகியவையே முதன்மை பெறுகிறது. வேத வேள்வி சடங்குகள், நம்பிக்கைகள் காணப்பட்டாலும் நூலின் மெய்யியல் கட்டமைப்பாக அது விளங்கவில்லை.

இந்த எளிய உண்மையை மூடி மறைத்து தொல்காப்பியம் வழியாக சொல்லப்படும் தமிழர் வாழ்வு சமக்கிருத மரபு சார்ந்ததே என்று வலிந்து ஆய்வை நடத்துகிறார் நாகசாமி. அதற்கு அவர் பொருளதிகாரத்தை அடிப்படையாகக் கொள்கிறார். நால் வருணம் பற்றியம், களவு - கற்பு பற்றியும் தனது ஆய்வு முடிவைப் பொருளதிகாரத்தை வைத்தே அறிவிக்கிறார்.

பொருளதிகாரம், தமிழ்ச் சமூகத்தின் பன்முகக் கூறுகளை இலக்கணப்படுத்துகிறது. அகம், புறம், களவு, கற்பு, போன்றவற்றை திணை, துறை ஆகியவை மூலம் விளக்குகிறது. முதல், கரு, உரி ஆகிய கருத்தமைவுகள் மூலம் தனது இலக்கியக் கோட்பாட்டை முன் வைக்கிறது. இவை வாழ்க்கை முறை பற்றியதாகும். நிலம் சார்ந்த பொழுது என்பதே முதல், அதிலிருந்து திணை சார்ந்த கரு உருவாகிறது. கருவில் குறிப்பிடப்படும் தெய்வம் எல்லாம் வல்ல இறைசக்தி அல்ல. அது தொல்குடி சார்ந்த வாழ்க்கை நம்பிக்கையின் தொன்மம், இருத்தல், புணர்தல், பிரிதல், இரங்கல், ஊடல் போன்றவை முதல், கரு ஆகியவற்றின் சமூக வெளிப்பாடே ஆகும். அவை நாட்டிய சாத்திரத்தில் குறிப்பிடப்படும் ரஸங்கள் அல்ல. அவை தமிழர் திணை வாழ்வின் சமூக வெளிப்பாடுகள் இவற்றை அரசவை நாட்டியக் குறியீடுகளோடு ஒப்பிடுவது பொருந்தாத ஒன்று.

குறிஞ்சி, முல்லை, மருதம், நெய்தல், பாலை எனும் திணை நிலை வாழ்க்கை முறை புவிச்சூழல் சார்ந்த நிலம், பொழுது அடிப்படையிலான - மனித வாழ்வின் கரு, உரி ஆகியவற்றையே விளக்குகிறது. இதனையே தொல்காப்பியம் மொழியியல் மற்றும் இலக்கியம் சார்ந்ததாக பொருளதிகாரத்தில் விளக்குகிறது.

திணை வாழ்க்கை முறை ஒருவகையான புவிசார் குடி சார்

தொல்குடி வாழ்க்கை முறையே ஆகும். திணை வாழ்க்கை முறை விவசாயத்தின் வளர்ச்சியால் மாற்றம் பெறுகிறது. திணை மயங்குவதில்லை என்ற தொல்காப்பியரின் கொள்கை வேளாண் பெருக்கத்துக்கு முந்தைய சமூக வாழ்வை உறுதிப்படுத்துகிறது. சிலப்பதிகாரம், மணிமேகலை முதலிய காப்பியங்கள் திணை அடிப்படையில் அமையவில்லை. இவை திணை வாழ்வின் அழிவின் நெருக்கடிகளையே வெளிப்படுத்துகிறது. கி.பி. 3-4 ஆம் நூற்றாண்டுக்குப் பிறகே வேளாண் விரிவாக்கம் திணை வாழ்வை அழித்து ஏற்படுகிறது. அதற்கு முன்னர் தமிழ்ச் சமூகம் திணை வாழ்க்கையை அடிப்படையாகக் கொண்ட அரசுகளையே உருவாக்கிக் கொண்டது. ரோமானிய- மௌரிய வர்த்தகம் அத்தகைய திணை சார்ந்த அரசுகளின் உறுதித்தன்மையை பலப்படுத்தியது. வெளியிலிருந்து வர்த்தகத் தோடு தொடர்புடைய சமணம், பௌத்தம் ஆகியவற்றின் வருகை சமூக ஏற்றத்தாழ்வு உருவாகிய சமூகத்தின் அறம் பற்றிய போதனை அடிப்படையில் இயங்கின. அதனைத் தொடர்ந்தே வேத சாத்திர, புராண பிராமணர்களின் வருகை அமைந்தது. அவர்களின் தொன்மங்களும், வேள்விச் சடங்குகளும் வந்தன. அவை பழந்தமிழ்ச் சமூகத்தின் சமூக அமைப்பில் உயர்குடி தொடர்புடையதாகவே இருந்தது. சமூக அமைப்பு முறையில் ஸ்மிருதிகள் குறிப்பிடும் நால்வருண ஏற்பாடு நுழையவே இல்லை. பிராமணர்களைத் தலைமையாக ஏற்றுக் கொண்ட வருண சாதி முறையே தமிழர் வாழ்க்கை என்ற நாகசாமியின் கூற்று வரலாற்று சோதனைக்கு உட்பட்டதல்ல.

நான்கு வகையாகப் பிரித்தல் என்பதை நான்கு வருணமாகப் பிரித்தல் என்ற உரைக்காரர்களின் வைதீக கண்ணோட்டம் ஆய்வுலகில் இன்னமும் மேலோங்கியுள்ளது. புருஷசூக்தம் கூறும், பிராமணர், சத்திரியர், வைசியர், சூத்திரர் என்றும் பிரிவு சங்கப்பாடல்களிலோ - தொல்காப்பியத்திலோ காணப்படாத ஒன்று. அரசர், வணிகர், வேளாளர் ஆகியவர்களோடு அந்தணரையும் தொல்காப்பியம் (பொருள் 615 - 629) குறிப்பிடுகிறது. இது புருஷசூக்த வகைப்பாட்டுக்கு மாறுபட்டது. தொல்காப்பியம் குறிப்பிடும் மேலோர், கீழோர், உயர்ந்தோர், ஏனோர் போன்றவைகளை நால் வருண அடிப்படையில் விளக்க முடியாது. தொல்காப்பிய காலத்தில் சமூக ஏற்றத்தாழ்வுகள் உருவாகிவிட்டதையே அது காட்டுகிறது.

தொல்காப்பியம் குறிப்பிடும் அரசன், வேளாளன் போன்றவை மனு விளக்கிய சத்திரியன், சூத்திரனோடு இணை வைக்க முடியாது. சத்திரியன், சூத்திரன் என்ற இரண்டு சொற்களுமே தொல்காப்பியத்தில் இல்லை. வருணப் பாகுபாடு துவக்க முதலே தீண்டாமையை அடிப்படையாகக் கொண்டது. தொல்காப்பியரின் பகுப்புமுறையில் தீண்டாமை என்ற கருத்தமைவே இல்லை.

தொல்காப்பியம் குறிப்பிடும் அந்தணர் (பார்ப்பனர்) வேள்விச் சடங்கு சார்ந்தவர்களாகவும், அரசவை சார்ந்தவர்களாகவுமே உள்ளனர். சமூக உற்பத்தி

முறையில் அவர்கள் எந்த இடத்தையும் பெறவில்லை.

அறுவகைப்பட்ட பார்ப்பன பக்கம், பார்ப்பன வாகை முதலிய சொற்றொடர்களை வைத்து உரைகாரர்கள் எழுதியவை வைத்துக் கொண்டு தொல்காப்பியரின் கருத்து இது தான் என்று கொள்வதற்கில்லை. அறுவகை என்பது ஓதல், ஓதுவித்தல், வேட்டல், வேட்பித்தல், ஈதல், ஏற்றல் என்று உரைகாரர் கூறியது தான் தொல்காப்பியரின் கருத்து என இதுவரை நிறுவப்படவில்லை. வேள்வி செய்தலை தொல்காப்பிய புறத்திணையில் குறிப்பிடவில்லை. பார்ப்பனர்குரியதாக குறிப்பிடப்படும் இந்த ஆறுமே மன்னரை சார்ந்து வாழும் உற்பத்தி சாராத கூட்டத்தின் பண்பே ஆகும்.

ஐவகைப்பட்ட அரசர் பக்கம் (பொருள் 7) என்பதும் தொல்காப்பியரால் தெளிவாக்கப்படவில்லை. தமிழ்ச் சமூகத்தில் மன்னர், வேந்தர், ஆகியோரின் உருவாக்கம் குடிவாழ்வின் தலைவர்களின் ஆட்சி முறையிலிருந்து வளர்ச்சி பெற்றதாகும். இத்தகைய அரசர்களைச் சத்திரியர் என அழைப்பது சற்றும் பொருந்தாத ஒன்று.

வணிகர் குறித்து தொல்காப்பியம் விரிவாகப் பேசவில்லை. கி.பி. 2-ஆம் நூற்றாண்டுக்குப் பிறகு வணிகம் தொய்வடைந்தது. வணிகர்கள் வாழ்க்கை நெருக்கடிக்கு உள்ளாகியது. சமூக வாழ்வில் வணிக வாழ்க்கை பின்னுக்குத் தள்ளப்பட்டது. இந்த பின்னணியில், வணிகர் வாழ்க்கை பற்றி தொல்காப்பியம் பெரிதாகப் பேசவில்லை.

தொல்காப்பியம் குறிப்பிடும் வேளாளர் சூத்திரர் எனக் கொள்வதிற்கில்லை. தொல்காப்பியம் வேளாளரை சான்றோர் (பொருள் 75) என்று போற்றுகிறது. வேளாளர் என்பவர்கள் மருத நிலத்து நிலவுடமை வேளாண் கிழார்களாக சங்கப் பாடல்களிலும் போற்றப்படுகின்றனர்.

இவற்றுக்கும் அப்பால் ஆயர், வேட்டுவர், கிழவர், பாணர், கூத்தர், விறலியர் போன்ற சமூகப் பிரிவினரைத் தொல்காப்பியம் குறிப்பிடுகிறது. கொல்லர், தச்சர், கம்மியர், குயவர், புலையர், மருத்துவர் முதலிய சமூகப் பிரிவினைப் பற்றி சங்கப்பாடல்களும் பேசுகின்றன. இவை எதுவும் நால் வருண பாகுப்பாட்டுக்குள் அடங்காதவையே ஆகும். தமிழகத் தின் பெரும்பகுதி குறிஞ்சி, முல்லைப் பிரதேசமே என்பதை கணக்கில் கொண்டால் தொல்காப்பிய பகுப்பில் காணப்படும் நான்கு வகைப்பாடு கூட மருத நிலமே சார்ந்த அரசு ஏற்பாட்டில் காணப்படும் பிரிவினை என்றே கூற முடியும். அந்த எல்லைக்குள்ளேயே பார்ப்பனர்களும் சடங்குகளுக்குரியவர்களாக வைக்கப்பட்டனர். கபிலர் போன்றவர்கள் குறிஞ்சி, முல்லைத் திணைகளில் காணப்பட்டாலும் 473 சங்கப் புலவர்களில் பார்ப்பனப் புலவர்கள் மொத்தமே 16 பேர் தான் என்பதை இங்கு கவனத்தில் கொள்ள வேண்டும்.

இதற்கு மேலும் தமிழ்ச் சமூகத்தின் வரலாற்றில் எங்கும் காணப்படாத

மரபு ஒன்றை நாகசாமி தமிழ் மரபாக முன் வைக்கிறார். அரசரின் ஐந்து கடமைகளை தொல்காப்பியம் முன் வைக்கும் போது ராஜ சூய - அஸ்வமேத யாகங்கள் நடத்தும் போது சத்திரியர்கள் பிராமணர்களுக்கு அளிக்க வேண்டிய தானங்கள் பட்டியலிடப்படுகிறது. அவை பட்டு, பசுக்கள், வீடும், நிலமும், நீர்நிலை, கன்னிப்பெண்கள் (பக்கம் 21) இவை சங்கப் பாடல்களில் எங்குமே காணப்படாத ஒரு மரபாகும். இதனை வலிந்து தமிழர் மரபாக நாகசாமி காட்டுகிறார்.

தொல்காப்பியர் குறிப்பிடும் தாபதர் என்பார் இந்து துறவிகள் தான் என்பது நாகசாமியின் வாதம் (பக்கம் 26) அவர்கள் அறிவர்கள் என அறியப்படுபவர்கள். விருப்புகளைத் துறந்தவர்கள். அத்தகையோர் சமணர்களே ஆவர். துறவு நிலை என்பதை வலியுறுத்தியது சமணம். ஆசீவகம், பௌத்தம் முதலியவையே. யாகங்கள் மூலம் தானம் பெற்று சுகமாக வாழ்ந்தவர்களே பிராமணர்கள். துறவு என்ற கருத்தமைவு இந்து சமயத்தின் கண்டுபிடிப்பல்ல. அது வைதீக எதிர்ப்புச் சமயங்களில் காணப்பட்ட ஒன்று. தொல்காப்பிய காலத்திலும், அதற்குப் பின்னர் காப்பிய காலத்திலும் துறவு மேற்கொண்டோர் எவரும் சமண-பௌத்த சமயம் சார்ந்தவரே. நீலகேசி காலம் வரை இதுவே நீடித்தது. நச்சினார்க்கினியர் உரையை அடிப்படையாகக் கொண்டு தீயில் நிற்பது இந்து துறவியின் வேலை என்று கூறி தொல்காப்பியம் கூறும் தாபதர் என்பது இந்து தபஸ்விகள் தான் என்று நாகசாமி உரைப்பது வரலாற்றை எவ்வளவு தூரம் மோசமாக விளக்க முடியும் என்பதற்கு சிறந்த எடுத்துக்காட்டாகும்.

எல்லாவற்றுக்கும் மேலாக களவு-கற்பு பற்றிய அறிஞர் நாகசாமியின் விளக்கம் வினோதமான முரண்பாடுகளைக் கொண்டதாகவே விளங்குகிறது.

தமிழ்ச் சமூகம் தாய்வழிச் சமூக முறையிலிருந்து தந்தை வழிச் சமூகமாய் மாறும் காலத்தின் திருமண வடிவங்களைத் தொல்காப்பியம் பொருளதிகாரம் களவியல் - கற்பியல் பகுதிகள் விளக்குகின்றன. தந்தைவழிச் சமூகத்தில் ஆண் வழியே உடைமைகள் கணக்கிடப்பட்டன. ஆண் வலிமை மிக்கவனாக தோற்றம் பெற்றான். பெண் அச்சம், நாணம் முதலியவற்றை உடையவளாகக் காட்டப்பட்டாள். கற்பியல் இத்தகைய ஆணையும், பெண்ணையுமே காட்டுகிறது.

பெருமையும் உரனும் ஆடூஉமேன (1044)

அச்சமும் நாணும் மடனும் முந்துறத்த

நிச்சமும் பெண்பாற்கு உரிய என்ப (1045)

ஆண், பெண் பற்றிய இந்த வரையறுப்புகளுக்கு உட்பட்டே களவொழுக்கம் பேசப்படுகிறது. அது தாய்வழிச் சமூகத்தின் களவொழுக்கமல்ல. ஆண்வழி மரபுமுறை அல்லது தந்தை வழியான

வாரிசுரிமை முறை தோன்றுவதற்கு களவு - கற்பு பற்றியே இலக்கண வகுப்பு அவசியமாகும். பொருளியல் வாழ்வில் மட்டுமல்லாது அகவாழ்விலும் தாயுரிமை தூக்கி எரியப்பட்டது. இதனை பெண்ணினம் உலக வரலாற்று ரீதியில் பெற்ற தோல்வி என்றார் பிரடெரிக் ஏங்கல்ஸ். அங்கு பெண் ஆணைச் சார்ந்து வாழவேண்டிய கட்டாயத்துக்கு உள்ளாகிறாள். கற்பு நிலை இதிலிருந்தே தோன்றுகிறது.

தொல்காப்பியம் ஆண்வழிச் சமூகத்தின் களவு - கற்பு வாழ்க்கையையே விளக்குகிறது. களவியலும், கற்பியலும் காணப்படும் பாலொழுக்கம் ஆண் சார்புடையதே ஆகும். களவொழுக்கத்தில் தலைவி, தன் விருப்பத்தை நேரடியாகத் தெரிவிப்பதில்லை (1054). அத்தகைய பெண்ணுக்கும் நாணம் உயிரினும் சிறந்தது. நாணத்தை விடச் சிறந்தது கற்பு (1059). கற்பு எனப்படுவது அதிகாரப் பூர்வமான திருமண வடிவம். இத்தகைய சட்டப்பூர்வ திருமண வடிவம் பொய்யும் வழுவும் தோன்றிய போது ஐயர் வகுத்தது (1091). ஒருதார மணத்தை நிறுவுவதற்கான சட்டபூர்வ தேவையை அது நிறைவு செய்தது.

கற்பு என்பதை உயர்ந்தோர் அல்லது மேலோர் பற்றியதாகவே தொல்காப்பியம் விளக்குகிறது. ஐந்து திணைகளுக்கும் உரிய எட்டு திருமண வடிவங்களை தொல்காப்பியம் பேசுகிறது. ஆனால் அவற்றை அது விளக்கிக் கூறவில்லை. அவை அனைத்தும் ஆண் வழிச் சமூக திருமண முறைகளாகவே விளக்கப்படுகிறது. களவியலிலும், கற்பியலிலும் ஆண் வழிச் சமூக ஒழுக்கங்களே பேசப்படுகின்றன.

இவற்றில் காணப்படும் கருத்தமைவுகளை தரும சாத்திரங்கள் அடிப்படையில் விளக்க முற்பட்டது இறையனார் அகப்பொருளே ஆகும். இறையனார் அகப்பொருள் கி.பி. 10ஆம் நூற்றாண்டு நூல். அந்த நூலே களவு பற்றிய அகவாழ்வை கந்தர்வ திருமண முறையோடு ஒப்பிட்டது. உரையாசிரியர்களில் பேராசிரியரும், நச்சினார்க்கினியரும் பிராமணிய திருமண முறைப்பற்றியதாகவே விளக்கின.

கற்பு, களவு என்பது தமிழ்ச் சமூகத்தில் ஒருதார மணம் உருவாகும் காலத்தின் ஒழுக்கங்களையே முன் வைக்கிறது. அவை பிராமணிய கருத்தியல் அடிப்படையில் அமைந்தவையல்ல.

பிராமண திருமண புரோகிதர்களைப் பற்றித் தொல்காப்பியமோ, சங்கப் பாடல்களோ குறிப்பிடவில்லை. தொல்காப்பியம் விளக்கும் திருமண முறைகளும் தமிழ்ச் சமூகத்தில் அப்போதிருந்த உயர்ந்தோர் பற்றியதே ஆகும். மொத்தத் தமிழ்ச் சமூகத்தின் அத்தனைப் பிரிவின் வாழ்க்கை முறையையும் தொல்காப்பியம் இலக்கணப்படுத்தவில்லை. பொதுவாகவே, இலக்கண நூல் எதுவும் வாய்மொழி மரபு சார்ந்த மக்களுக்குரியதாக எந்த மொழியிலும் எழுதப்படவில்லை என்பதே வரலாறு.

வேத காலத்துக்குப் பிந்தைய ஆரியர் சமூகத்தில் பெண் உற்பத்தி நடவடிக்கையிலிருந்து விடுவிக்கப்பட்டு வீட்டு அடிமையாக்கப்பட்டாள். பெண்கள் பிற ஆடவரை நோக்கிச் சென்று விடக்கூடியவர் என்று **சத்பதபிராமணம்** கூறுகிறது. ஆதிகால பூர்வகுடி குடும்ப உறவுகள் சிதைந்து சொத்து அடிப்படையிலான குடும்பங்கள் தோன்றுவதை திக்நிகாயம் போன்ற பௌத்த நூல்கள் விவரிக்கின்றன. புத்த சாதகக் கதைகளும் பெண்ணின் பாலியல் சுதந்திரத்துக்கு எதிராகவே பேசுகின்றன. இவையாவும் அப்படியே தமிழகத்துக்குள் கொண்டு வரப்படவில்லை.

பழந்தமிழகம் தாய்வழி உரிமையைப் பேணியது. அதன் தொடர்ச்சியை ஆண் வழிக்குடும்பம் ஏற்பட்ட போதும் காணலாம். **மணிமேகலை** பெண் போதிசத்துவராக போற்றப்பட்டது தமிழ் மரபில் தான். **கண்ணகி** பத்தினியாக்கப்பட்டு அத்தகையவளோடு வளமைகள் இணைக்கப்பட்டே ஒருதார மனிதனுக்கான பிரச்சாரத்தை சிலப்பதிகாரம் செய்தது. இந்த மரபு பக்தி இயக்கத்திலும் நாயக-நாயகி பாவங்கள் உருவாக்குவது வரை தொடர்ந்தது.

தமிழ்ச் சமூகத்தின் பண்பாட்டு வரலாற்றில் கற்பு பிராமணர்கள் அளித்த கொடை என்று நாகசாமி குறிப்பிடுவதை மானுடவியல் ஆய்வுகள் ஏற்பதில்லை. ஒவ்வொரு சமூகத்தின் உள் இயக்கம் பற்றியதாகவே அந்த சமூகத்தின் அக, புற ஒழுக்கங்களும், பண்புகளும் உருவாகின்றன என்பதை மானுடவியல் ஆய்வுகள் உறுதி - செய்கின்றன.

நாட்டிய சாஸ்திரம் என்ற நூலின் அடிப்படையிலேயே தொல்காப்பியம் அகம், புறம் என்ற பிரிவினையைச் செய்கிறது. நான்கு திணை பகுப்பு அந்த நூலில் இருந்தே பெறப்பட்டது. நாடக, நாட்டிய வழக்குகள் அங்கிருந்தே பெறப்பட்டன என்பது போன்ற நாகசாமியின் கண்டுபிடிப்புகளுக்கு வரலாற்று ஆதாரம் எதுவுமில்லை. அவரது விருப்பங்களே மேலோங்கி வந்துள்ளது.

அவரது நோக்கம் எல்லாம் தமிழர் மரபு (திராவிட மரபு) என்ற ஒன்று இல்லை. இருப்பதெல்லாம் பிராமண மரபுதான் என்று நிலைநாட்ட வேண்டும் என்பது தான். அதற்காக அவர் பொருத்தமற்ற ஒப்பீடுகளைச் செய்து தமிழர் பண்பாட்டில் சமஸ்கிருத மரபுகளை கண்டுபிடிக்கிறார்.

அது நெடுங்காலம் ஆய்வுத்துறையில் சிறப்பாக பணியாற்றிய அறிஞர் ஒருவரின் முதுமை காலத்து வரலாற்று உளறலாக முடிந்து போனது.

உ.அசோகரின் சமயம்

அறிஞர் நாகசாமி அசோகரின் கீழ் பிராமணர்களும், பிராமியும் என்ற கட்டுரையில் கீழ்க்கண்டவாறு குறிப்பிடுகிறார்.

அசோகர் புத்த தருமத்தை போதிக்கவில்லை, தைத்ரேய உபநிடதத்தின் வைதீக தருமத்தையே போதித்தார். புத்த தருமத்தை போதித்தாக அவர் எங்குமே குறிப்பிடவில்லை, வேத மரபைக் கொண்ட பழமையான தருமம் தான் அசோகரின் முறையாக இருந்தது. உபநிடதங்களில் குறிப்பிடப்படும் வேத தருமத்தையே அசோகர் கடைபிடித்தார். தைத்ரேய உபநிடதம் குறிப்பிடும் போதனைகளையே அசோகர் பரப்பினார். அவரின் ஆட்சியில் பிராமணர்கள் உயரிய இடத்தில் வைக்கப்பட்டனர். ரொமிலா தாப்பர் கூட அசோகரின் போதனைகள் புத்த சமயம் பற்றியதல்ல என்கிறார். எல்லா ஆய்வாளர்களும் இவ்வாறே கூறுகின்றனர். பழைய தருமத்தைப் பரப்புவதற்கு அசோகர் பிராமணர்களையே பயன்படுத்தினார்.

பௌத்தமே உபநிடத போதனையின் தொடர்ச்சி தான் என்ற பிராமணிய ஆய்வின் தொடர்ச்சியாகவே இது உள்ளது. இதற்காக அவர் அசோகரின் கல்வெட்டுகளுக்கு புதிய விளக்கமும் அளிக்கிறார்.

அசோகரின் சமயம் பௌத்தம் என்பது உலகறிந்த வரலாற்று உண்மை. இந்த உண்மையே பொய் என தடாலடியாகக் கூறுவதன் மூலம் பட்டப்பகலில் கண்ணைச் சிமிட்டாமல் பொய் சாட்சி சொல்லும் மனநிலைக்குச் சென்று விடுகிறார் நமது அறிஞர் நாகசாமி.

பௌத்த தத்துவம் கி.மு.6-ஆம் நூற்றாண்டில் புத்தரால் எடுத்துரைக்கப்பட்டது. உபநிடதங்களின் கடவுள் மறுப்பு, வருணாசிரம எதிர்ப்பு என்ற அடிப்படையில் புத்தர் காலத்தில் ஆறு வேத எதிர்ப்பு தத்துவங்கள் இருந்தன. அவற்றுக்கு மத்தியில் வேத மறுப்பு மக்கள் இயக்கமாக துவங்கியது பௌத்தம்.

வேள்விகள், வருணாசிரமம் வேறுபாடுகள் ஆகியவற்றுக்கு எதிரான சங்கங்களை புத்தர் ஏற்படுத்தினார். இதனடிப்படையில் புத்தரின் தத்துவம் அமைந்தது. புத்தரின் வினைக் கோட்பாடு வருண அடிப்படையிலான வைதீக வினைக்கோட்பாட்டை மறுத்தது. மனித ஒழுக்கம் பற்றியதாக- சமூக அறம் பற்றியதாக வினை விளக்கப்பட்டது. பற்றறுத்தல் வலியுறுத்தப்பட்டது.

ஆன்மா என்ற கோட்பாட்டையே புத்தர் மறுத்தார். அது பற்றி விவாதிப்பையும் நிராகரித்தார். ஆன்மாவை மறுப்பவர் - ஏற்பவர் மத்தியில் தமது பாதை நடுவாந்திர பாதை என்றார். வருண சமூக ஏற்பாட்டில் புறக்கணிக்கப்பட்ட சமூகப் பிரிவினரின் ஆதரவு புத்தருக்குக் கிட்டியது. அரசரும், வர்த்தகர்களும் புத்தரை ஆதரித்தனர்.

புத்தர் காலத்தின் பௌத்தக் கொள்கையின் அடிப்படைகளை பௌத்தவியல் அறிஞர் ஷெர்பாட்ஸ்கி கீழ்க்கண்டவாறு விளக்குகிறார்.

1. ஆன்ம மறுப்பு
2. அனைத்தும் பொருட்களால் (புத்கலம்) ஆக்கப்பட்டது. அவை நிலைத்தவை அல்ல. தொடர்ந்து மாறிக்கொண்டே இருப்பது
3. காரணங்களால் விளைவுகள் ஏற்படுகின்றன
4. பொருட்களின் ஆற்றல்கள் தனியே செயல்படுவதில்லை.

ஒன்றை ஒன்று சார்ந்து இயங்குவதால் (சமஸ்காரம்) காரணங்கள் தோன்றுகின்றன. இவற்றில் இருந்து நான்கு உண்மைகள் பெறப்படுகின்றன. இந்த நான்கு உண்மைகள் (தம்மம்) வழியே வாழ்ந்து நிர்வாணம் அடையலாம். **நிர்வாணம் என்பது அறிதல் தான்.**

புத்தரின் பௌத்தம், மதம் என்ற வளர்ச்சியை அப்போது அடையவில்லை. புத்தர் வரலாற்று மனிதராகவே அறியப்பட்டார். புத்தர் மறைவுக்குப் பிறகு கூடிய பௌத்தக் குழுவில் பௌத்தம் **தேரவாதம், மகாயாணம்** என இரு பிரிவாகப் பிரிந்தது. அசோகர் காலத்தில் பௌத்தம் 18 பிரிவுகளாக பிளவுப்பட்டுவிட்டது. **தீபவம்சம், மகாவம்சம்** முதலிய நூல்கள் இந்த 18 பிரிவுகளை வகைப்படுத்துகின்றன.

அசோகர் கி.மு. 270-ல் மகதப் பேரரசின் அரசரானார். கலிங்கப் போரைத் தொடர்ந்து பௌத்தத்தைத் தழுவினார். அசோகரின் காலத்தில் மூன்றாவது பௌத்த கவுன்சில் (குழு) கூடியது. அது தேரவாதத்துக்கும் மகாயாணத்

துக்கும் ஆன பிளவை உறுதிப்படுத்தியது. அசோகரின் அவையில் இந்த இருபிரிவினரும் அவரின் அருகாமையில் இருந்தனர். அசோகர் தனது ஆட்சிப்பகுதி முழுவதும் பௌத்தத்தைப் பரப்பினார். கடல் கடந்த நாடு களுக்கும் (இலங்கை, தெற்காசியா, யவனம்) பௌத்த தூதுவர்களை அனுப்பி பௌத்தத்தை பரப்பினார். பௌத்த மடங்கள் நிறுவப்பட்டு அரசுக்கும், மக்களுக்கும் நேரடி தொடர்பு ஏற்படுத்தப்பட்டது. அர்த்த சாஸ்திரத்திதை திருத்தி அமைத்து அதில் தம்மம் என்ற (சமத்துவம்) கோட்பாட்டை அசோகர் கொண்டு வந்தார். அசோகரின் தம்மத்தின் கீழ் அரசனும் - குடிமக்களும் சமமாகவே போற்றப்பட்டனர். புத்தரின் தம்மம் அசோகரால் அரசு தம்மமாக மாற்றம் பெற்றது.

அசோகரின் தம்மம் மனிதர்களின் ஒழுக்கம் பற்றியது. அசோகரின் கல்வெட்டுகள் இதனையே உறுதிப்படுத்துகின்றன. அசோகர் தனது கல்வெட்டு களில் வர்ணம் அல்லது சாதி பற்றி எங்குமே குறிப்பிடவில்லை. அசோகர் வருணாசிரம் தர்மத்துக்கு மாற்றாக அகிம்சை, சகிப்புத்தன்மை, சமத்துவம், ஒழுக்கம் ஆகியவற்றையே தம்மமாக முன்வைத்தார்.

இதிலிருந்தே பௌத்தம் சாராத பிற பிரிவுகள் பால் அவரது ஆதரவு மனப்பாங்கைப் புரிந்து கொள்ள முடியும். எல்லா சமயப்பிரிவுகளும், சமமாக மதிக்கப்படவேண்டும் என்ற தம்மம் (ஒழுக்கம்) அடிப்படையிலேயே சமணம், ஆசீவகம், பிராமணியம் ஆகியவற்றை அசோகர் ஆதரித்தார். அசோகரின் தம்மம் அரசியல் பற்றியது. அவரது ஆட்சிப் பகுதியில் நிலவிய அனைத்துப் பிரிவினைரையும் போரால் அல்லாது கருத்தால் ஒன்றுபடுத்தும் அரசியல் பற்றியது. அசோகரின் 7வது தூண் கல்வெட்டு தம்மத்துக்கு இரண்டு அம்சங்கள் இருப்பதாகக் குறிப்பிடுகிறது. அவை (1) சட்டம் (நியமம்) (2) மனமாற்றம் (நிஜதி) அவரது தம்மம் வருணாசிரம சாதிய முறையை ஏற்கவில்லை. அதன் மூலமான சாதிய ராஜதர்மம் எதையும் ஏற்கவில்லை. அசோகர் முன் வைத்த தம்மம் என்ற அரசியல் கொள்கைக்கு எதிராகவே பகவத்கீதை வருணங்களின் சுதர்மத்தை போதித்தது, போரை ராஜ தர்மமாக்கியது.

அசோகர் தனது ஆட்சிப்பகுதி எங்கும் 84,000 பௌத்த ஸ்தூபிகளை நட்டு வைத்தார். அவை பௌத்தம் வழியாக அரசை உறுதிப்படுத்தியது. அசோகருக்குப் பின் எழுச்சி பெற்ற குப்த அரசு அசோகரின் பௌத்த நிறுவனங்களை அடியொற்றியே வைதீக கோயில்களைக் கட்டியது. புத்தரின் சாயலில் விஷ்ணு வடிக்கப்பட்டு வழிபடப்பட்டார்.

19-ஆம் நூற்றாண்டில் அசோகரின் பிராமி எழுத்து கல்வெட்டுகள் கண்டறியப்பட்டன. அது தொடங்கியே அசோகர் பற்றிய மதிப்பீடுகள் முன் வைக்கப்பட்டன. வின்செண்ட் ஸ்மித் போன்றவர்கள் அசோகரின் ஆட்சியை கிரேக்க-ரோமானிய பண்பாட்டைக் காட்டிலும் மேலானது எனப் போற்றினர்.

அது இந்தியப் பண்பாட்டின் மேன்மை குறித்த தேசிய அரசியலுக்குப் பயன்பட்டது. மற்றொரு பிரிவினர் அசோகரின் தம்மம் என்பதே இந்து சமயம் பற்றியது தான் என்றனர். அகிம்சை இந்து பண்பாட்டிற்குரியதாக காட்டப்பட்டது. அசோகரின் பிராகிருத கல்வெட்டுகள் பிராமணர்கள் உருவாக்கிய பிராமி தான் என்று சொல்லப்பட்டது. பிராகிருதமும் சமக்கிருதம் தான் எனவும் வலியுறுத்தப்பட்டது. இந்திய வரலாற்றை இந்து வரலாறாகக் காட்டுவதற்கான முயற்சியில் அசோகரின் வரலாறும் திருத்தி எழுதப்பட்டது.

அசோகரின் தம்மம் கீழ்க்கண்ட கோட்பாடுகளைக் கொண்டது. அவை

1. அது வருணாசிரம சாதி அடிப்படையிலான ஒழுக்கம் பற்றியதல்ல. அது சகோதரத்துவம், சமத்துவம் அடிப்படையிலான மனித ஒழுக்கம் பற்றியது.
2. வேறுபட்ட சமயங்களையும் மதிக்கும் ஜனநாயகப் பண்பு கொண்டது. (அசோகரின் பாறைக் கல்வெட்டு)
3. வன்முறையை ஒழித்து அகிம்சையை போதிப்பது. விலங்குகளைக் கூட கொல்லக்கூடாது என்பது அசோகரின் கொள்கை.
4. தம்மம் மக்கள் அனைவரின் நலனையும் பாதுகாப்பது பற்றியது (சாலைகள் அமைப்பது, மரங்கள் நடுவது, நீர்நிலைகள் கட்டுவது முதலியன) அசோகரின் தூண் கல்வெட்டு
5. அசோகரின் தம்மம் பயனற்ற சடங்குகள், பலிகளை மறுத்தது. நோய் தீர மருத்துவம் என்ற அறிவியலை ஊக்குவித்தது.

இதற்கு நேர்மாறாக தர்ம சாத்திரங்கள் தமது தர்மத்தை போதித்தன. அவை நான்கு வருண சாதி அடிப்படையிலான வருண தருமம் பற்றியே பேசின. அரசனின் கடமை இந்த வருணங்களைப் பாதுகாப்பதே என வலியுறுத்தின. வேதங்கள் என்னும் வாளைக் கொண்டு சட்டம் என்ற சாரதியை இயக்குபவர்களே பிராமணர்கள் எனப் போற்றின. சாதி தர்மம் தான் எல்லாவற்றுக்கும் மேலானது. செல்வம், இன்பம் முதலியவற்றுக்கும் மேலானது என்றார் வாத்சாயனர்.

தீண்டாமையையும், வன்முறையையும் அடிப்படையாகக் கொண்டதே ஸ்மிருதிகள் முன் வைத்த தர்மம். அசோகரின் தம்மத்துக்கு நேர் எதிரானது இந்த வேத வைதீக தர்மம்.

அசோகர் முன் வைத்த தம்மம் வலியுறுத்தும் ஒழுக்க நெறிகள் உபநிடதங்களில் காணப்படுவது தான் என்று வலியுறுத்தி தம்மம், தர்மத்திலிருந்து தோன்றியதே என்று அறிஞர் நாகசாமி போன்றவர்கள் தமது ஆய்வுகளில் குறிப்பிடுகின்றனர். தைத்ரேய உபநிடத்திலும் காணப்படுகிறது என்கிறார் நாகசாமி.

வேதங்களின் நீட்சியாகவே உபநிடதங்கள் அறியப்படுகின்றன. அவை மொத்தம் 112. இவற்றில் சில கி.பி. 14-15 ஆம் நூற்றாண்டில் இயற்றப்பட்டவையே. எல்லா உபநிடதங்களும் ஆத்மா-பிரம்மம் பற்றி பேசுவதில்லை. சில உபநிடதங்கள் பிராமணரல்லாதவர் முன் வைத்த ஆன்ம மறுப்பு கொள்கைகளையும் கொண்டுள்ளன. அக்பர் காலத்தில் இயற்றப்பட்ட அல்லா உபநிடதம் கூட உபநிடத தொகுப்பில் உண்டு. உபநிடதங்கள் நான்கு வேதங்களை அடிப்படையாகக் கொண்டே வகைப்படுத்தப்படுகின்றன. தைத்ரேய உபநிடதம் யசுர்வேதம் சார்ந்ததாக வகைப்படுத்தப்பட்டுள்ளது.

யசுர்வேதம் பிராமணங்களுக்கு அடிப்படையாக அமைந்தது. அது **வெள்ளை யஜுர் வேதம், கறுப்பு யஜுர் வேதம்** என்ற இரண்டு பிரிவைக் கொண்டது. வெள்ளை யஜுர் வேதம் சடங்குகள், மந்திரங்களைக் கொண்டது. கறுப்பு யஜுர் வேதம் விவாதத்தன்மை கொண்டது. **தைத்ரேய உபநிடதம்** கறுப்பு யஜுர் வேதத்தின் உபநிடதமாக அறியப்படுகிறது. தைத்ரேய உபநிடதம் மூன்று பகுதிகளாய் அமைந்தது. முதல் பகுதி சொற்களுக்கான ஒலி பற்றியது மற்ற இரு பகுதிகளும் பிரம்மம் பற்றியது. மனித வாழ்வு அறிவையே அடிப்படையாகக் கொண்டது. மனிதர்களின் செயல்களுக்கு அறிவே காரணம், பிரம்மமே இறுதி அறிவு என்பதே தைத்ரேய உபநிடத்தின் கருத்தியல். பிரம்மத்தை அறிவு பற்றியதாக விளக்கியது தைத்ரேய உபநிடதம். அறிவைச் சார்ந்த ஒழுக்கம் ஒன்றையும் அது போதித்தது. அறிவு பிரம்மத்துக்கு உட்பட்டது என்பதால் ஒழுக்கம் அதனைச் சார்ந்ததாகவே விளக்கப்பட்டது. தைத்ரேய உபநிடதம் வருணாசிரம தர்ம அடிப்படையில் ஒழுக்கங்களை விளக்கியது. அவை கொல்லாமையையும், மருத்துவத்தையும் ஏற்கவில்லை.

அசோகர் முன் வைத்த தம்மத்தில் கொல்லாமை முக்கிய அறமாக வலியுறுத்தப்படுகிறது. அசோகர் துவக்கிய பௌத்தப் பள்ளிகளில் மருத்துவம் முக்கிய இடம் பெற்றது. பௌத்த அறிஞர் பலர் சிறந்த மருத்துவர்களாகவும் விளங்கினர். சூனியவாதத்தை பௌத்தத்தில் விளக்கிய நாகசேனர் சிறந்த மருத்துவராகவும் விளங்கினார் என்பது வரலாற்று உண்மை.

வரலாற்று உண்மை இவ்வாறு இருக்க அசோகர் தம்மை உபாஸகன் என்று அழைத்துக் கொண்டார். அது உபநிடத உபாஸகன் என்றே பொருள் கொள்ள வேண்டும் என்று நாகசாமி வலிந்து கூறுவது வரலாற்றை திரித்தல் ஆகும். எல்லாவற்றையுமே பிராமணர் மயமாக்கும் முயற்சியே ஆகும்.

வாழ்க்கை ஒழுக்கங்கள் வேத-உபநிடத காலத்துக்கு முந்தையவை. மூத்தோருக்கு கீழ்ப்படிதல், உற்றாருக்கு உதவுதல், உண்மை பேசுதல், கொடை, பெற்றோருக்குக் கீழ்ப்படிதல் போன்ற பல ஒழுக்கங்களும் இந்தியப் பழங்குடிகள் மத்தியில் உருவாக்கப்பட்டு வளர்க்கப் பட்டவையே. இந்த ஒழுக்கங்களையே புத்தர் தமது தம்மத்தில் ஏற்றுக் கொண்டார். அசோகர் புத்தரின் தம்மத்தை அரச தம்மமாக வளர்த்தார்.

அசோகரின் தம்மம் எந்த வகையிலும் வருண தர்மத்தைச் சார்ந்தது அல்ல என்பது வரலாற்றுப் பூர்வமாக உறுதி செய்யப்பட்டதே ஆகும்.

இது குறித்து தொல்லியல் அறிஞர் ர.பூங்குன்றன் அவர்கள் அளிக்கும் விளக்கத்தோடு இக்கட்டுரையை முடிப்பது பொருத்தமாக இருக்கும்.

அசோகர் கூறும் தம்மம் என்பது பௌராணிக பிராகிருதம் என்று நாக சாமி கூறுகிறார். பௌராணிக பிராகிருதம் என்பது பழைய வழக்கமான தர்மம் என்று நாகசாமி பொருள் கொள்கிறார். இது வேதத்திலும், உபநிடத்திலும் கூறப்பெறுவது என்றும் அவர் கூறுகிறார்.

அசோகர் 17 அறங்களை, நன்னடத்தைகளாகக் கூறியுள்ளார்.

அவை.

1. பிற உயிரினங்களிடம் அன்பு செலுத்துதல், உடலில் காயப்படுத்தாமலிருத்தல்.
2. மாதா, பிதாவுக்கு கீழ்படிதல்
3. மூத்தோருக்கு கீழ்படிதல்
4. பிராமணர்களுக்கும், சமணர்களுக்கும் தாராளமாகக் கொடுத்தல்
5. அடிமைகளையும், பணியாளர்களையும் நன்றாக நடத்துதல்
6. நண்பர்களுக்கும், உறவினர்களுக்கும் உற்றார்க்கும் உதவுதல்
7. கொடை கொடுத்தல்
8. உண்மை பேச வேண்டும்
9. நல்லெண்ணம் தயாள குணம் வேண்டும்
10. நா காத்தல்
11. மாணவர் ஆசானை துதித்தல்
12. செலவில் சிக்கனம், பொருள் சேர்ப்பில் அளவாக இருத்தல்
13. முதியோரை வணங்குதல்
14. ஏழைகளையும் கைவிடப்பட்டோரையும் நேசித்தல்
15. மேலோர்களுக்குக்கு கீழ்படிதல்
16. வெகுளாமை, சினவாமை, தறுகண்மை இல்லாமை, பொறாமை இல்லாமை
17. உண்ணா நோன்பிருத்தல்.

சமயத்தின் பெயரால் உயிர்க்கொலை கூடாது என்கிறார் அசோகர்.

உபநிடத தர்மத்தில் கொல்லாமை கூறப் பெறவில்லை. ஆயிரக்கணக்கான ஆடு/மாடுகளை யாகங்களில் பலியிடும் வேத மரபிலிருந்து தான் அசோகர் அறக் கருத்துக்களை எடுத்துக் கொண்டார் என்று கூறுவது வரலாற்று முரண்.

அசோகர் கல்வெட்டுகள் உயர்ந்தோர் (மஹாத்மா), கீழானோர் (குடக) ஆகிய அனைத்து மக்களக்கும் தம்மத்தை கடைபிடித்தால் உயரலாம் என்று கூறும். செல்வர் (உயர்ந்தோர்)களுக்கு தம்மத்தைக் கடைப்பிடிப்பது கடினம். ஆனால் கீழானவர்கள் தம்மத்தினால் உயரலாம்.

இது வைதீகம் கூறும் தர்மத்துக்கு மாறாக உள்ளது. வைதீக தர்மப்படி வருணாசிரமத்தின் அடிப்படையில் தான் உயர முடியும். ஆனால், அசோகர் தம்மம் அதற்கு எதிராக உள்ளது.

அசோகர் மக்களிடையே உள்ள ஏற்ற தாழ்வினைக் கணக்கில் எடுத்துக் கொள்ளவில்லை. ஆனால், வேதம் கூறும் தர்மம் மக்கள் ஏற்ற தாழ்வினைப் போற்றுகிறது.

10. தொன்மங்களும், வரலாறும்

சிலப்பதிகாரத்திலும், மணிமேகலையிலும் காணப்படும் இந்திரவிழா வேதங்களில் காணப்படும் இந்திரனுக்கான விழா தான் (பக்கம். 176-180)

அகத்தியர் ஆரியரே (பக்கம் 25) அகத்தியர் சிவபக்தர். சிவனால் தென்னிந்தியாவுக்கு அனுப்பப்பட்டவர். மகாயான பௌத்தத்திலும் ஒரு அகத்தியர் குறிப்பிடப்படுகிறார். (பக்கம் 26, 277; 283) அகத்தியர் என்னும் வேத ரிஷி துவாரகா பகுதியிலிருந்து தமிழ்நாடு வந்தவர் (பக்கம் -40)

திருமந்திரம் எழுதிய திருமூலர் வடஇந்திய மரபான கோரக்காத மரபைச் சேர்ந்தவர். தற்கால தமிழ் சைவம் நந்திகேஸ்வர சந்தானம் சார்ந்தது. (பக்கம் 253)

இந்திரன், அகத்தியர், திருமூலர் ஆகியோர் பற்றிய வைதீகத் தொன்மங்களை அப்படியே வரலாறாக பதிவு செய்வதோடு அத்தொன்மங்கள் வேதம் சார்ந்தவை என்றும் வாதாடுகிறார் அறிஞர் நாகசாமி. அதனைத் தொடர்ந்து தமிழ் சைவம் வேத மரபையே சார்ந்தது என்று சைவத்தின் வரலாற்றை வேத மரபோடு மட்டும் சிறைப்படுத்துகிறார்.

தொன்மங்கள் வரலாறாகுமா? என்ற கேள்வி இங்கு எழுகிறது. தொன்மங்கள் தொல்குடி வாழ்விலிருந்து உருவாகி ஒவ்வொரு வரலாற்றுக் கட்டத்திலும் பல மாற்றங்களுக்கு உள்ளாக்கப்பட்டவை. தொன்மங்களில் ஏற்படும் மாற்றங்கள் அவை ஏற்பட்ட வரலாற்றுக் காலத்தின் சமூக அவசியம் கருதியே ஏற்பட்டவை. தொன்மங்களை அடிப்படையாகக்

கொண்டு வரலாற்றை விளக்க முடியாது. அவை வரலாறில்லை. ஆனால், தொன்மங்களுக்கு வரலாறு உண்டு. அறிஞர் நாகசாமி குறிப்பிடும் வேதம் சார்ந்த தொன்மங்களின் வரலாறு குறித்த பரிசீலனையை இங்கு மேற்கொள்வது அவசியம்.

தொன்மப் புனைவுகள் அனைத்தும் பழங்குடி வாழ்வின் நம்பிக்கைகள் அடிப்படையில் உருவானதே ஆகும். வேதகால கடவுளர்களாக போற்றப்படும் யாவரும் இத்தகைய தொன்மப் புனைவுகளே. ஆரியர் வருகைக்கு முன்னரே பழந்தமிழகத்தில் தமிழ்த் தொன்மங்கள் இருந்தன. அவை பெரிதும் வளமை சார்ந்த தாய் தெய்வமாகவே இருந்தது. இவற்றை பௌத்தமும் சமணமும் தம் வயப்படுத்திக் கொண்டன. அகில இந்திய அளவில் பௌத்தம், சமணம் ஆகிய சமயங்கள் சில வேதக் கடவுளரையும் தம் வயமாக்கிக் கொண்டன. குறிப்பாக மகாயான பௌத்தம் அதனைச் செய்தது. புத்தரையே விஷ்ணுவின் அவதாரமாகக் காட்டியது மகாயானமே ஆகும். புத்த ஜாதகக் கதைகளில் வேதக் கடவுளரில் ஒருவனான இந்திரன் காவல் தெய்வமாக ஏற்கப்பட்டான். சமணமும் இந்திரனைக் காவல் தெய்வமாக ஏற்றது.

சங்கப்பாடல்களில் மருத நிலக் கடவுள் வேந்தன் என தொல்காப்பியம் குறிப்பிடுகிறது. வேந்தன், என்பதற்கு அரசன், இந்திரன், திங்கள், சூரியன், பிரஹஸ்பதி என்று பொருள் கொள்ளப்படுகிறது. சங்கப் பாடல் தொகுதியில் வேந்தன் என்ற சொல் 61 இடங்களில் வருகிறது. ஒரு இடத்திலும் அது இந்திரனைச் சுட்டவில்லை. காப்பியங்களில் காணப்படும் இந்திரன் போரிடும் கடவுளாகவும், புராணங்களில் இன்ப நுகர்ச்சி பற்றிய கடவுளாகவும் காட் டப்படுகிறான். ஆனால் தமிழ்க் காப்பியங்களான சிலப்பதிகாரத்திலும், மணி மேகலையிலும் கடலைக் காக்கும் கடவுளாகவும், வளமைக்கான தெய்வமாகவும் காட்டப்படுகிறான்.

பௌத்தமும், சமணமும், இந்திரனைப் பெரிதும் தன்வயப்படுத் தியதால் குப்தர்கள் காலத்தில் படைக்கப்பட்ட புராணங்களில் இந்திரன் வழிபடுவதற்கான தெய்வம் என்ற தகுதியை இழந்து விட்டான். புராணங்கள் சிவனையும், விஷ்ணுவையும் முதன்மைக் கடவுளாகப் பெருந்தெய்வம் ஆக்கிக் கொண்டன. பெருந்தெய்வ ஆக்கம் சங்க காலத்தில் ஏற்படவில்லை.

வேத வைதீகக் கடவுள் தொன்மங்கள் மருத நிலம் சார்ந்ததாகவே புறநானூறு விளங்குகிறது மன்னரின் புகழ், மரபு பற்றியதாகவும் பதிற்றுப் பத்து போன்ற பாடல்கள் விளக்குகின்றன. இவை பிறதிணை வாழ்வில் நுழையக் கூட இல்லை .

இனக்குழு தொன்மங்கள் சமயத் தொன்மங்களாக மாற்றம் பெற்றது. அதில் சமணம், பௌத்தம், வைதீகம் ஆகியவற்றுக்கு இடையே போட்டி ஏற்பட்டது கி.பி. 1-2ம் நூற்றாண்டுக்குப் பிறகு தான். சமண-பௌத்த காப்பியங்கள் வழியாகவும், வைதீகம் புராணங்கள் வழியாகவும் இது

செயல்பட்டது.

புராணங்கள் மூலமாக தொன்மங்களின் வாழ்க்கை அனுபவங்கள் வாயிலாக சாதாரண மக்களிடமும் பிராமணியம் நிலை நாட்டப்பட்டது. பிராமணியம் என்பது ஒரு குழுவோடு நின்றுவிடும் கருத்தியல் அல்ல. சமூக நிறுவனங்களிலும், மரபிலும் அடையாளம் காணக்கூடிய வகையிலான மதிப்புகள், கருத்துகள், கருத்தமைவுகள், நம்பிக்கைகள், நடைமுறைகள் ஆகியவற்றின் தொகுதியே அது என்பதை நினைவில் கொள்ள வேண்டும்.

வரலாற்றின் பல கட்டங்களில் பிராமணியத்துக்கு ஏற்பட்ட சாவலை பிராமணியம் மிகவும் சாமர்த்தியமாக எதிர்கொண்டது.

இது குறித்து குனால் சக்ரவர்த்தி கீழ்கண்டவாறு குறிப்பிடுகிறார்.

சமண, பௌத்த எழுச்சியால் கிருத்துவ சகாப்தத்தின் ஆரம்ப ஆண்டு களின் போது பிராமண சமூகமுறை மோசமான பாதிப்புக்குள்ளானது. இந்த சவாலை பிராமணர்கள் எதிர்கொண்ட விதம் முக்கியமானது. பிராமணரல்லாத பகுதியினரைத் தமது செல்வாக்கு எல்லைக்குள் கொண்டு வர அவர்கள் வட்டார மரபையும், பிராமண மரபையும் ஒன்றிணைக்க முயன்றனர்.

இதற்காக, வட்டார இலக்கியங்கள் சமக்கிருதத்தில் மொழி பெயர்க்கப்பட்டு கடைசியில் வட்டார இலக்கியங்களே அழிக்கப்பட்டது. சுதந்திரமான வட்டார மரபுகள் புராணங்கள் வழியாக புனிதப் படுத்தப்பட்டு பிராமணிய மயமாக்கப்பட்டன. அதற்காகவே வேதகால ரிஷிகளும், முனிகளும், கடவுளர்களும் மறு கட்டமைப்பு செய்யப்பட்டு சாதி-சமய புராணங்களில் இணைக்கப்பட்டனர். இவை பிராமணியத்துக்கான புனித மரபு ஒன்றை உருவாக்கியது. எல்லா வட்டாரங்களும், சாதிகளும் இந்த புனித மரபின் கீழ் ஒன்றுபடுத்தப்பட்டது.

அகத்தியர் தொன்மம் இப்படியான வளர்ச்சி நிலையை அடைந்த ஒன்று தான். சங்க கால மன்னர்கள் யாரும் அகத்தியரோடு தொடர்புப்படுத்தப்பட்டு அறியப்படுவதில்லை. பல்லவர் - பிற்கால பாண்டியர் காலத்தில் தான் அகத் தியர் தொன்மம் சைவ சமயத்தோடு தொடர்புடையதாக உருவாக்கப்படுகிறது. அகத்தியர் குறித்து தொல்காப்பியத்தில் எதுவும் குறிப்பிடப்படவில்லை. கி.பி.10-ஆம் நூற்றாண்டைச் சேர்ந்த இறையனார் அகப்பொருள் மூன்று தமிழ்ச் சங்கங்கள் பற்றிக் குறிப்பிடும் போது தமிழோடு அகத்தியரை இணைக்கிறது. சிவனும், தமிழும் அகத்தியர் மூலம் ஒன்றிணைக்கப்படுகிறது. இது தமிழை இந்து மயப்படுத்துவதற்கான, முக்கியமாக அதனை சைவ மரபின் ஓரங்கமாக ஆக்குவதற்கான முயற்சியே என்ற கா.சிவத்தம்பியின் கருத்து இங்கு முக்கியமானதாகும்.

தமிழகத்தில் அகத்தியர் என்ற நூலை எழுதிய சிவராஜபிள்ளை ஆரிய பண்பாட்டையும் அறிவையும் இந்தியாவின் தென்பகுதியில் பரப்பும் நோக்கில்

உருவாக்கப்பட்டவரே அகத்தியர் என்ற முடிவுக்கு வருகிறார். அகத்தியர் தமிழ்ச் சமூகத்தின் மூதாதையானதன் வளர்ச்சியை ஆராய்ந்த புலவர். அ. சிவசுப்பிரமணியன் சிவராஜபிள்ளையின் கருத்தே பொருத்தமானது என்கிறார்.

அகத்தியர் பற்றிய தொன்மத்தை மகாயான பௌத்தர்களும் தமதாகக் கொண்டிருந்தனர் என்பதை நாகசாமியும் குறிப்பிடுகிறார். பொதிகை மலையில் அகத்தியருக்கு கோயில் இருந்ததாக சீனப்பயணிகளும் குறிப்பிட்டுள்ளனர்.

திருமூலரை சைவராகக் காட்டுவதில் நாகசாமியும் மிகுந்த ஆர்வம் காட்டுகிறார். திருமூலர் சித்தர் என அறியப்படுபவர். திருமந்திரம் என்னும் பெருநூலின் ஆசிரியர். அந்த நூல் தந்திரங்களாக கட்டமைக்கப்பட்டுள்ளது. அது சமண அறம், தாந்திரீகம், சைவம், தேரவாதம், யோகம் ஆகியவற்றை விளக்கும் தொகுப்பு நூலாகவே உள்ளது.

இந்திய வரலாற்றில் சித்தர் மரபு மகாயானத்தைத் தொடர்ந்து உருவான தாந்திரீக பௌத்தத்திலிருந்து உருவானது. அது வஜ்ராயனம் என்றும் அழைக்கப்பட்டது. கி.பி.6-ஆம் நூற்றாண்டுக்குப் பிறகு 84 சித்தர்கள் மரபு உருவானது. ராகுல சாங்கிருதித்தியன் 84 சித்தர்களைப் பட்டியலிட்டுள்ளார். தமிழகத்தில் 18 சித்தர்கள் என்ற மரபே பேணப்பட்டது. வஜ்ராயன சித்தர்களில் ஒருவராக நாக மரபைச் சேர்ந்த கோரகநாதர் குறிப்பிடப்படுகிறார். அந்த சித்தர் மரபு சைவ சமயத்தோடு இணைக்கப்பட்டுப் பிராமணியமாவதையே திருமந்திரம் எடுத்துக் காட்டுகிறது.

இந்திரன், அகத்தியர், திருமூலர் ஆகியோரது தொன்மங்களை வேதம் சார்ந்ததாகக் காட்டுவதற்காக தொன்மங்களை வரலாறு பற்றிய ஆவணங்களாக அறிஞர் நாகசாமி விளக்குவதை ஆய்வுலகம் ஏற்காது.

ஆயினும், அறிஞர் நாகசாமிக்கு ஒரு நோக்கம் உள்ளது. தமிழ்ச் சமூகம், மொழி, பண்பாடு பற்றிய வரலாற்றை ஆரியரிடமிருந்து பெற்ற வரலாறாக காட்டுவதும், பிராமணர்களின் தலைமைப் பாத்திரத்தை ஏற்றே தமிழ்ச் சமூகம் நாகரிகமடைந்தது என்பதை வலியுறுத்தவும், சமக்கிருதம் வழியாகவே தமிழ்ச் மொழித் தகுதியை அடைந்தது என்று கூறவும் நாகசாமி தனது ஆய்வு நூலை எழுதியுள்ளார்.

பிராமணர்களும், இரு பிறவி எடுத்த உயர் சாதியினருமே வேதங்களைப் பயில முடியும். சூத்திரர்கள் வேதங்களைப் படிக்கக்கூடாது என்ற வருணாசிரம் தரும நிலையை கி.பி. எட்டாம் நூற்றாண்டைச் சேர்ந்த அத்வைத தத்துவ மூலவர் ஆதி சங்கரர் வலியுறுத்துகிறார். பிரம்ம சூத்திரத்துக்கு அவர் எழுதிய உரையில் சூத்திரர்கள் இதிகாசங்களையும், புராணங்களையுமே கற்க முடியும் என்கிறார். இதனை அனைத்து சாதியினரும் மோட்சம் அடைவதற்கான சமத்துவ உரிமையைப் பெற்று விட்டதாக மகிழும் நாகசாமி சேக்கிழார் அந்த

அடிப்படையிலேயே பெரிய புராணத்தை இயற்றியதாகவும் குறிப்பிடுகிறார். உபமன்ய பக்த விலாஸம் என்ற சமக்கிருத நூலைச் சார்ந்தே பெரியபுராணம் எழுதப்பட்டதாகவும் கூறுகிறார். (பக்கம் 274, 275)

தமிழ்ச் சைவம் தனித்து இயங்குவதல்ல, வடநாட்டு வேதத் தொடர்புடையதே என்கிறார் நாகசாமி. சைவத்துக்கும் தமிழுக்கும் தொடர்பை ஏற்படுத்தி தென்னாடுடைய சிவனாக சிவனை வழிபடும் சைவர்களை நாகசாமி ஏற்கத் தயாரில்லை. அவர் ஏற்பது வேதவழி வந்த பிராமணிய சைவம் மட்டுமே.

தமிழுக்கும் சமக்கிருதத்துக்கான தொடர்பு பற்றிய ஆய்வு தூய வட இந்திய வேதச் சார்பு தமிழ் சைவத்தைக் கண்டறிவதில் முடிந்து போனது. தனது நூலில் மறந்தும் வைணவம் குறித்து அறிஞர் நாகசாமி பேசவே இல்லை என்பது தற்செயலானதாகத் தோன்றவில்லை.

11. வரலாற்றைக் கண்டறிதல்

ஒரு சிறு தொகுப்புரையோடு நமது விவாதத்தை முடித்துக் கொள்ளலாம்.

அறிஞர் நாகசாமி அவர்கள் தமது நூலின் வாயிலாக நிலைநாட்ட வந்த வரலாற்று உண்மைகள் நமது சமகால வரலாற்றியல் அறிவியல் வலியுறுத்தும் முறைகளையோ - தரவுகளையோ கொண்டிருக்கவில்லை. அவரது விருப்பமும் - நம்பிக்கையுமே வரலாறாக முன் வைக்கப்படுகிறது. அவரது விருப்பமும், நம்பிக்கைகளும், வரலாற்றுத்துறை எல்லையைத் தாண்டி சனாதனப் பழமையைப் போற்றுவது என்ற அளவுக்குச் செல்வதால் அவர் தனது முடிவுகளை நிறுவ பல பொய்யுரைகளை முன் வைக்கிறார். வரலாற்றுத் தரவுகளாக சமய இலக்கியங்களையும், புராணங்களையும் எடுத்துக் கொள்கிறார். அவரது முயற்சி வரலாற்று ஆய்வில் 1930களில் காணப்பட்ட போக்கின் வெளிப்பாடுதான்.

தனது ஆய்வு நிலையை ஏற்காதவர்களை அவர் பாதசாரி, யூகப் பேர்வழிகள் என்று பலவாறாகச் சாடவும் தயங்கவில்லை. ஆய்வுத் துறையில் உரையாடலுக்கும், மாற்றுக் கருத்துக்குமான இடத்தை வன்மமாக மறுக்கும் மரபையே அவர் பின்பற்றுகிறார். அவரது சமய வருணப்பற்று அவரது ஆய்வை வெறும் அகவயப்பட்ட பொய்யுரைகளின் தொகுப்பாக்கி விட்டது. நீண்ட பல ஆண்டுகளாக வரலாற்றின் அறிவியல்களில் ஒன்றான

தொல்லியல் துறைக்கு பெரும் பங்களிப்பைச் செய்த ஒருவரிடம் இருந்து இத்தகைய ஆய்வை எதிர்ப்பார்க்காததால் ஒருவகை அதிர்ச்சியும் ஏற்படுகிறது. இத்தகைய அறிஞர்கள் தமது நீண்டகால உழைப்பின் மூலம் பெற்ற மதிப்பை பயன்படுத்தி வரலாற்றை பழைமை வாதத்துக்கு ஆதரவானதாக விளக்குவது குறிப்பாக, இனம், சாதி, சமயம் முதலியவை சார்ந்த ஒடுக்குமுறைக் கருவிகளை நியாயப்படுத்தவும்--புனிதப்படுத்தவும் முனைவது வரலாற்றியல் துறைகளின் சமகால வளர்ச்சிக்கு விடப்படும் சவால்தான்.

தமிழர் வரலாறு மொழி - இனம் பற்றியதாக விளக்கப்படும் போக்கு 19-20 ஆம் நூற்றாண்டுகளில் துவங்கியது. அது தமிழையும், தமிழ் இனத்தையும் வேத வைதீக சனாதனத்துக்கு எதிரான சுதந்திரமான, அறிவுப்பூர்வமான, ஜனநாயகத்தன்மை கொண்டதான அடையாளங்களைக் கட்டியமைப்பதில் முடிந்தது. சங்க இலக்கியங்களும், புதிய வரலாற்றியல் தரவுகளும், தமிழின் தொன்மையை நிலைநாட்டின.

இதுவரையிலுமான வரலாற்றுத் துறைகளின் வளர்ச்சி தமிழ் தனித்தன்மை கொண்ட தமிழ்ச் சமூகத்தின் வரலாற்று வழியில் வளர்ந்த உயர்தனிச் செம்மொழி என்பதை நிறுவியுள்ளது. தமிழ்ச் சமக்கிருதத்தின் கண்ணாடி பிரதிபலிப்பு அல்ல என்பது உறுதி செய்யப்பட்டுள்ளது.

தமிழ் பண்பாடு பிற பண்பாடுகளுடனான உறவு வழியாக பெற்றதும்-அளித்ததும் அதிகம். அந்த வகையில் சமக்கிருதம், பாலி, பிராகிருதம், யவனம், சீனம், திபேத்தியம் முதலிய மொழிகளோடு தமிழுக்கு கொடுக்கல்-வாங்கல் இருந்தது. இந்த கொடுக்கல் வாங்கல் வரலாற்றுப் பூர்வமானது, சமூகத்தின் பண்பாட்டுத் தேவையை ஒட்டி ஏற்பட்டது.

இந்த கொடுக்கல்-வாங்கல்களில் இருவகைகள் உண்டு. ஒன்று மக்களின் அன்றாட சொல் பயன்பாட்டில் பிறமொழி பயன்படுத்தப்படுதல். தமிழ் மொழியின் வரலாற்றில் பாலியும், பிராகிருதமும் அத்தகைய தன்மையைக் கொண்டவையே. இரண்டாவது அரசவைகளிலும், புலவர் மத்தியிலும், சமயச் சடங்கிலும் பயன்படுத்தப்படுதல். சமக்கிருதம் அத்தகைய மொழியாகவே தமிழோடு கி.பி. 6-ஆம் நூற்றாண்டுக்குப் பிறகும் பல நூற்றாண்டுகள் இருந்தது.

பல திசைமொழிகளையும், மொழிபெயர் தேயத்து சொற்களையும் தனது சொந்த வழியில் ஏற்றுக் கொண்டதாலேயே தமிழின் வலிமை கூடியது. இதன் காரணமாகவே இயற்சொல், திரிச்சொல், திசைச்சொல், வடச் சொல் என்ற நான்கையும் தனது இலக்கணத்தில் ஒருங்கிணைத்தது தொல்காப்பியம்.

இயற்சொல்லின் அடிப்படையில் பிற சொற்களைத் தமிழில் ஒருங்கிணைத்த தொல்காப்பியர் மருதநில வட்டாரச் சொற்களையே இயற் சொல்லாக அமைத்துக் கொண்டார். மக்கள் பேசும் உயிருள்ள மொழியில் இருந்தே அது பெறப்பட்டது. அதுவே செந்தமிழ் என போற்றப்பட்டது.

அவர் காலத்தில் திணை சார்ந்த திசைச்சொற்கள் ஒன்றுபடுத்தப்படவில்லை. கி.பி.10-ஆம் நூற்றாண்டுக்குப் பிறகு உருவான கோயில் சாதிய நிறுவன நிலப்பிரபுத்துவம் தொல்காப்பிய மரபை விட்டு பிராமணியம் சார்ந்த வைதீகத் தமிழை அதிகாரப் பூர்வமாக்கியது. அப்போது உருவாக்கப்பட்ட சமக்கிருதம் சார்ந்த பிராமணத் தமிழ் 19-20 ஆம் நூற்றாண்டில் மறுக்கப்பட்டது. இது மிகப் பெரிய முன்னேற்றம்.

மொழி அடிப்படையிலான இன அரசியல் மொழியியலை அரசியல் தளத்தில் பயன்படுத்திக் கொண்டது. இந்திய மொழிகளுக்கு சமக்கிருதம் தாய் என்ற வாதத்தை மறுக்க உலக மொழிகளுக்கே தமிழ்மொழிதான் தாய் என்ற வாதம் முன் வைக்கப்பட்டது. மொழியியல் குறித்த வரலாற்றுப் பார்வைகள், விமர்சன கண்ணோட்டம், அறிவியல் அணுகுமுறை யாவும் மறுக்கப்பட்டது. மொழியை தாயாகவும் கன்னியாகவும் பாவிப்பது தொடங்கி தனித்தமிழ் மொழி

வன்முறை ஒன்றும் உருவாகி விட்டது. இனப்பெருமித அரசியல் முன் வைத்த வரலாற்றியல் இன்று பெரும் மாற்றங்களுக்கு உள்ளாகி விட்டது. தொல்லியல், மொழியியல், மானுடவியல் போன்ற துறைகளின் வளர்ச்சி காரணமாக நியாயமாகவே தமிழ் பண்பாட்டின் தொன்மை கி.மு. 500ல் நிலை நாட்டப்பட்டுள்ளது. இனி வரும் காலத்தின் புதிய ஆய்வுகளும், கண்டுபிடிப்புகளும் இதனை மாற்றவும் கூடும். ஆனால் அதைப்பற்றி கவலைப்படாமல் விருப்பங்கள் அடிப்படையில் தமிழின் தொன்மையை பல ஆயிரம் ஆண்டுகளுக்கு முன் கொண்டு செல்லும் இனப்பெருமித அரசியல் தமிழ்ச்சமூகம் குறித்த அறிவியல் பூர்வமான ஆய்வுகளின் வளர்ச்சிக் குத் தடையாகவே உள்ளது.

தமிழ் தான் எல்லாம், சமக்கிருதம் தான் எல்லாம் என்ற இரு முகாம்களுமே புற நிலைப்பட்ட வரலாற்றியலுக்கு உடன்படாதவை. இவற்றில் இருந்து விடுபட்ட மொழி இனம் குறித்த புறநிலை ஆய்வுகள் வளர வேண்டும். காலனியம் ஏற்றிய மொழி அரசியலின் உடும்புப் பிடியிலிருந்து வரலாற்று ஆய்வுகள் விடுபட்டாக வேண்டும்.

தற்காலத்தைப் புரிந்து கொள்ளும் திறவுகோலாக கடந்த காலத்தைப் புரிந்து கொள்ள வேண்டும். தற்காலப் பிரச்சனைகளின் வெளிச்சத்தால் கடந்த காலம் விளக்கப்படும் போது மகத்தான வரலாறு எழுதப்படுகிறது என்பர் வரலாற்று அறிஞர்கள்.

மனிதகுல வரலாறே தனது தேவைகளை உருவாக்கிக் கொள்வதற்கான - அவைகளை உற்பத்தி செய்வது வினியோகித்து, நகர்ந்து கொள்வதற்கான வரலாறாகத் திகழ்கிறது. இதிலிருந்தே எந்த சமூகத்தின் மொழியும், பண்பாடும் உருப்பெற்று வளர்கிறது.

பொருளாயத வாழ்வின் உற்பத்தி முறையே சமூக, அரசியல், அறிவுலக வாழ்க்கையின் பொதுவான போக்கை தீர்மானிக்கிறது என்றார் காரல் மார்க்ஸ்.

தமிழ்ச் சமூகத்தின் பொருளாயத வாழ்வின் வரலாற்றை ஒட்டியே அதன் மொழி, பண்பாடு முதலியவற்றின் வரலாறும் அறியப்படுகிறது.

வரலாறு பற்றிய இந்த முறையியலை நமது சமகால வரலாற்றியல்களின் கண்டுபிடிப்புகள் உறுதி செய்துள்ளன.

வரலாறு என்பதே மக்களின் வரலாறாகவும், அவர்களின் ஒற்றுமை குறித்ததாகவும், சமத்துவத்துக்கும், நீதிக்குமான மனித குலத்தின் நெடும்பயணம் பற்றியதாகவும் அமைகிறது. வரலாற்றைக் கண்டறிதல் என்பது இதுதான்.

இத்தகைய வரலாற்றியல் பார்வை தமிழர் வாழ்வை இனச் சிமிழுக்குள் அடைப்பாரை ஏற்பதில்லை. அதே போல் நாகசாமி போன்றவர்களின் உயர்குடி சனாதன ஆதிக்க சக்திகளின் வரலாற்றியலையும் ஏற்பதில்லை.

இந்த அடிப்படையிலேயே அறிஞர் நாகசாமி மறுக்கப்படுகிறார்.

துணை நூற்பட்டியல்

அகநானூறு, பெருமழைப் புலவர் உரை. கழகப் பதிப்பு. சென்னை. மூன்றாம் பதிப்பு, 1974

புறநானூறு, உவேச பதிப்பு, சென்னை. 1963

குறுந்தொகை, பெருமழைப் புலவர் உரை. கழகப் பதிப்பு. சென்னை. மூன்றாம் பதிப்பு, 1972

சிலப்பதிகாரம், உவேச பதிப்பு, சென்னை -90 ஒன்பதாம் பதிப்பு 1978

நற்றிணை, பின்னத்தூர் நாரயணசாமி ஐயர் உரை, கழகப் பதிப்பு, ஐந்தாம் பதிப்பு. 1976

பத்துப்பாட்டு, உ.வே.ச. பதிப்பு, சென்னை -90, 1904

பதிற்றுப் பத்து உ.வே.ச. பதிப்பு, சென்னை -90, 1957

புறப்பொருள் வெண்பா மாலை, உ.வே.ச. பதிப்பு, சென்னை -90 1962

இளம்பூரணம், தொல்காப்பியம் பொருளுதிகாரம், தென்னிந்திய சைவ சிந்தாந்த நூற் பதிப்பு கழகம், சென்னை, 1956

மு.ராகவையங்கார் தொல்காப்பியம் பொருளதிகார ஆராய்ச்சி தமிழ்ச் சங்கம், மதுரை. 1929

கார்த்திகேசு சிவத்தம்பி பண்டையத் தமிழ்ச் சமுதாயம் வரலாற்றுப் புரிதலை நோக்கி, நியூ செஞ்சுரி புக் ஹவுஸ் பிரைவேட் லிட், சென்னை. 2011

கா.சுப்பரமணியன், சங்க இலக்கியத்தில் இனக்குழு வாழ்கை ஆராய்ச்சி இதழ் 22, 1978

க.கைலாசபதி, பண்டையத் தமிழர் வாழ்வும் வழிபாடும், மக்கள் வெளியீடு, சென்னை. 1978

ராகுல் சாங்கிருத்தியாயன், பௌத்த தத்துவ இயல், நியூ செஞ்சுரி புக் ஹவுஸ் பிரைவேட் லிட், சென்னை. 1985

Selected Bibliography

F.R.Allchin, "Neolithic Cattle Keepers of south india", Cambridge University Press, Cambridge, 1963

Bridet and Raymond Allchin, "The Birth of Indian Civilization" Pelican Books, 1968

R. Chempakalakshmi. " Ideology and the state in south india" Proceedings of Andhra Pradesh History Congress, 13th Session, Srisailam. 1989

Chattopadhyaya, Deviprasad, "Lokayata", A Study of Ancient Indian Materialism, People Publication House, New Delhi, Fifth Editions. 1981

Gunal Chakrabarthi, "Religion: The Purnas and the Making of a Religious Tradition", Oxford University Press, Delhi,2001

R. Caldwell, "Comprative Grammer of Dravidian Languages", London 1856

M.A. Durai Rangaswamy, "The Religion and Philosophy of Teveram", Vol. I, University of Madras, Madras, 1958

L. Morgan, " Anciant Sociaty" The Belknap Press of Harvard University, Cambridge, 1964

K.Rajan, "Kodumanal Excavations - a Report" , in Gauravam- B.K. Gururajarao Felicitation Volume K.V.Ramesh et.al.Ed.), pp.72-86. Harman Publishing Company, New Delhi.1996

Rajan.K, "Archaeology of Tamilnadu (kongu Country)", Delhi, Book India Publishing Company, 1994

H.D. Sankalia, "Prehistory and Protohistory and Pakistan", Poona, 1974

D.C.Sarkar, "The Dravidian Problem", in Man in India, Vol XXXV, No.1, 1955 pp.33-34

K.N. Sivaraja Palli, "The Chronology of the Early Tamils", University of Madras, 1952

G.Thomson, "Studies in ancient Greek Sociaty" Vol.II., London 1955.

S.Singaravelu, "Social Life of the Tamils", The classical Period" University of Malaya, KulaLumbur, 1966.

Suddharsan Seneviratne, "Pre State to State Sociaties" Transformations in the Political Ecology of South India with Special refrance to Tamil nadu". paper presente in the School of Social Science, Jawaharlal Nehru University, Delhi 1989.

Mazx Muller, " Sacred Books of the East", Oxford University Press, Delhi, 1879

தேவ பேரின்பனின் நூல்கள்

1. தமிழர் தத்துவம்
2. உலகமயத்தின் சித்தாந்த போரட்டம்
3. கம்யூனிசத்தின் எதிர்காலம்
4. அறிவியலின் அரசியல்
5. அறிவியலும் போலி அறிவியலும்
6. விஞ்ஞான யுகம் அச்சுறுத்துலா? சவாலா?
7. இன்றைய மார்க்சியம்
8. பண்பாட்டு போரட்த்தில் மார்க்சியம்
9. நீதி-அநீதி-சமூக நீதி
10. புதிய சாதி அரசியல்
11. பண்பாட்டுத் திருவிழா
12. தமிழர் வரலாறு- சில கேள்விகளும், தேடல்களும்
13. தமிழகத்தின் அரசியல் பொருளாதாரம்
14. தமிழகத்தின் வளர்ச்சி பிரச்சனைகள் -சவால்கள்
15. காந்தியடிகளின் இறுதி சோதனை
16. மார்க்சிய அரசியல் கட்டுரைத் தொகுப்பு
17. காரல் மார்க்ஸ் வாழ்கை வரலாறு
18. லெனின் வாழ்கை வரலாறு
19. இந்திய கம்யூனிஸ்ட் கட்சியின் 80 ஆண்டுகால லட்சியபயணம்
20. தமிழ் என்னும் உயர் தனிச் செம்மொழி - தொடரும் கேள்விகள்
21. தமிழர் தத்துவத்தின் தோற்றமும் வளர்ச்சியும் (கி.பி.8 ம் நூற்றாண்டு வரை)

22. காலச்சார அரசியலின் பின் நவீனத்துவம்

23. தற்கால தத்துவ பண்பாட்டுப் போரட்டத்தில் மார்க்சியத்தின் இடம்

24. கம்யூனிஸ்ட் கட்சி அறிக்கை (மொழி பெயர்ப்பு)

25. ரஷ்ய புரட்சிக் கதைகள்

26. சமூக விஞ்ஞானம் தொகுதிகள் -32

27. வரலாறு தீர்பெழுதும்

பதிப்பாசிரியர்

1. ரெனர் விவாதம்
2. தமிழக வரலாற்றுக் கண்ணோட்டங்கள்
3. தமிழர் சிந்தனை மரபு
4. தமிழகத்தின் பொருளாதார வளர்ச்சி

ஆய்வுக்கட்டுரைகள்

1. சர்வ தேசிய- தேசிய கருத்தரங்குகளில் ஆங்கில மொழியில் 15க்கும் மேற்ப்பட்ட ஆய்வுக் கட்டுரைகள்
2. கல்லூரிகள், பல்கலைக் கழகங்களில் நடைப்பெற்ற கருத்தரங்கங்களில் 30க்கும் மேற்ப்பட்ட ஆய்வு கட்டுரைகள்

மட்கலங்களில் ஓவியங்கள்
கொடுமணல் அகழாய்வு
(கி.மு. 5 - 4 ஆம் நூற்றாண்டு)

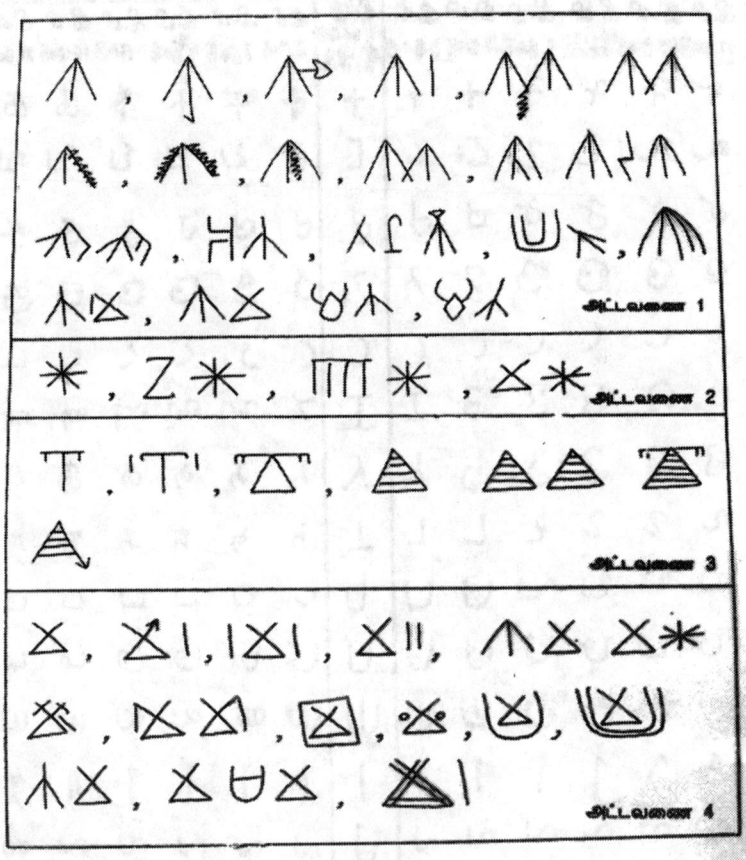

மட்கலங்களில் கீறல் குறியீடுகள்
கொடுமணல் அகழாய்வு
(கி.மு. 5 - 4 ஆம் நூற்றாண்டு)

வட்டெழுத்தாகவும் தமிழ் எழுத்தாகவும் மாற்றம் பெற்றதை விளக்கும் படம்

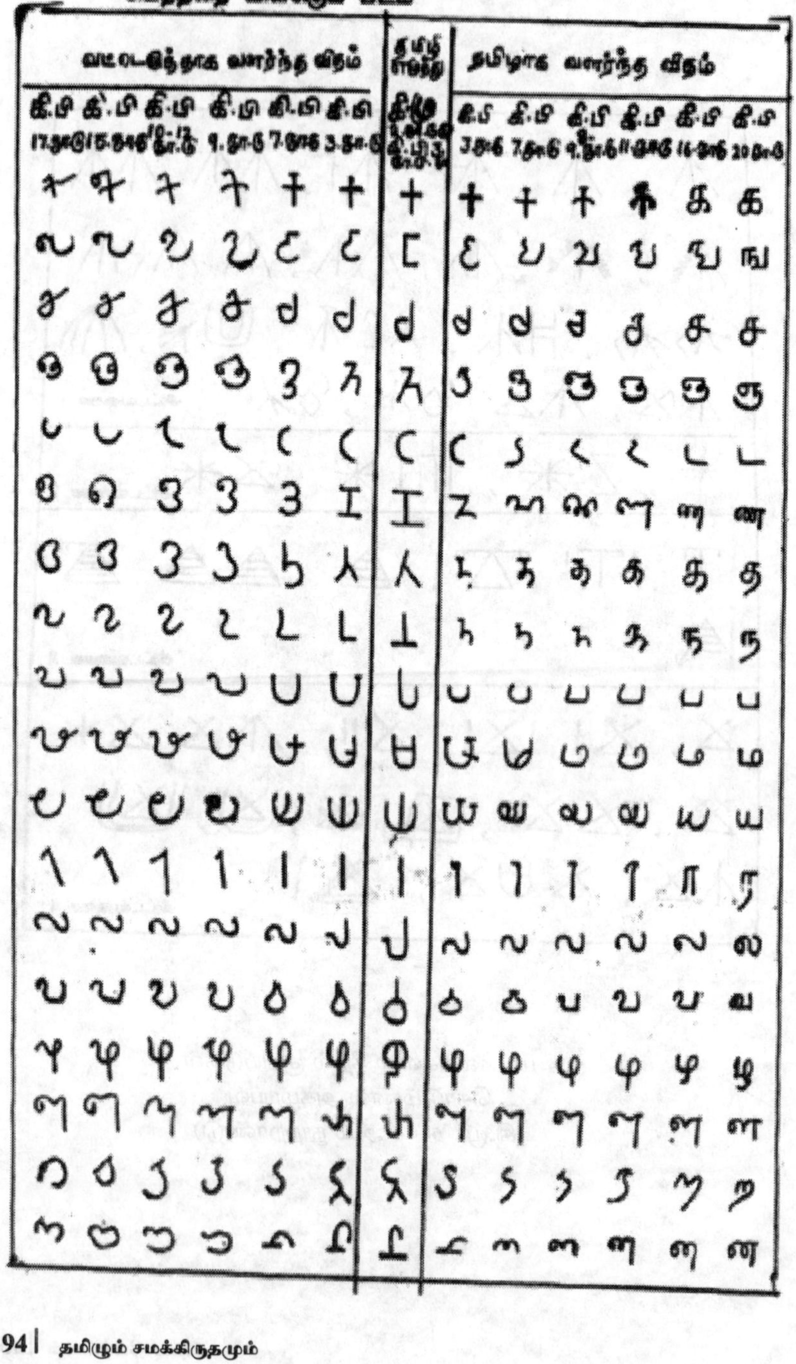

100 200 800 1000 1500 2000
100 300 1000 1300 1500 2000

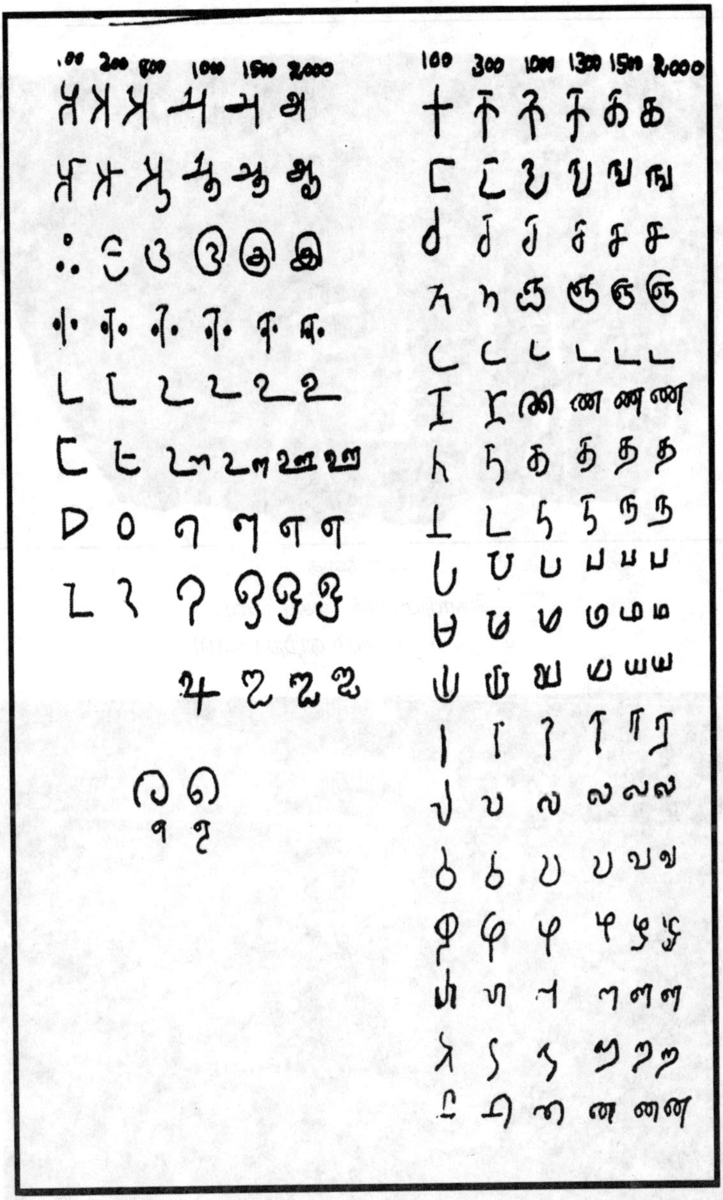

அதிந்தை
கொடுமணல் அகழாய்வு
(கி.மு. 5 - 4 ஆம் நூற்றாண்டு)

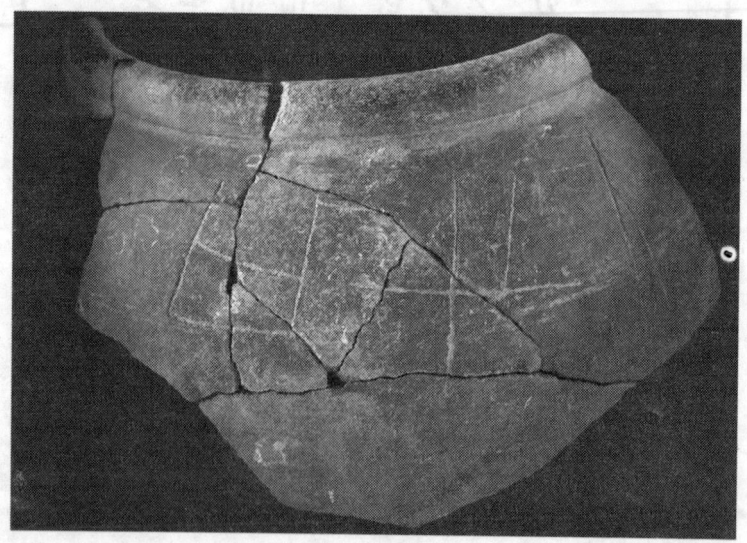

மகந்தை
கொடுமணல் அகழாய்வு
(கி.மு. 5 - 4 ஆம் நூற்றாண்டு)